காந்தியடிகளும் பகத்சிங்கும்

பகத்சிங்

காந்தியடிகளும் பகத்சிங்கும்

வெ.ஜீவகுமார்

Gandhiadigalum Bagath Singhum (in Tamil)
V.Jeevakumar
First Published: November, 2019
Published by

BHARATHI PUTHAKALAYAM

7, Elango Salai, Teynampet, Chennai - 600 018
Email: thamizhbooks@gmail.com / www.thamizhbooks.com

காந்தியடிகளும் பகத்சிங்கும்

வெ.ஜீவகுமார்

முதல் பதிப்பு: நவம்பர், 2019

வெளியீடு:

7, இளங்கோ சாலை, தேனாம்பேட்டை, சென்னை - *600 018*
தொலைபேசி : *044-24332424, 24332924, 24356935*

விற்பனை நிலையங்கள்
மதுரை: *37A, பெரியார் பேருந்து நிலையம் - 045 22324674*
ஈரோடு: *39: 39 ஸ்டேட் பாங்க் சாலை - 9245448353*
திண்டுக்கல்: *பேருந்து நிலையம் - 9942331105, 9976053719*
பழனி: *பேருந்து நிலையம் அருகில் - 9442883696*
திருப்பூர்: *447, அவினாசி சாலை - 9486105018*
சேலம்: *பாலம் 35, அத்வைத ஆஸ்ரமம் சாலை 0427 2335952*
திருவல்லிக்கேணி: *48, தேரடி தெரு - 9444428358*
வடபழனி: *பேருந்து நிலையம் எதிரில் அடையார்*
ஆனந்தபவன் மாடியில் *- 9444476967*
பெரம்பூர்: *52, கூக்ஸ் ரோடு - 9444373716*
திருவாரூர்: *35, நேதாஜி சாலை - 9442540543*
சேலம்: *15, வித்யாலயா சாலை சாலை*
திருநெல்வேலி: *25A, ராஜேந்திரநகர் - 9442149981*
அருப்புக்கோட்டை: *31, அகமுடையார் மஹால் - 9994173551*
மதுரை: *சர்வோதயா மெயின்ரோடு*
குன்னூர்: *N.K.N வணிக வளாகம் பெட்போர்ட்*
செங்கல்பட்டு: *1 D ஜி.எஸ்.டி சாலை - 044 27426964*
விருதுநகர்: *131, கச்சேரி சாலை - 0456 2245300*
கும்பகோணம்: *352, ரயில் நிலையம் எதிரில் - 9443995061*
வேலூர்: *பேஸ் III, சத்துவாச்சாரி - 9442553893*
நெய்வேலி: *பேருந்து நிலையம் அருகில், - 9443659147*
தஞ்சாவூர்: *காந்திஜி வணிக வளாகம் காந்திஜி சாலை - 9655542400*
கோவை: *77, மசக்காளிபாளையம் ரோடு, பீளமேடு - 8903707294*
திருச்சி: *வெண்மணி இல்லம், கரூர் புறவழிச்சாலை - 9994289492*
திருவண்ணாமலை: *முத்தம்மாள் நகர்*
நாகர்கோவில்: *699 கே.பி.ரோடு R.V.புரம் - 9443450111*
சிதம்பரம்: *22A / 18B தேரடி கடைத் தெரு, கீழவீதி அருகில்- 9994399347*
கரூர்: *நாரத கானசபா அருகில் (TNGEA OFFICE)- 9442706676*
காரைக்குடி : *12, 2 வது தெரு, கம்பன் மணிமண்டபம் பின்புறம் - 9443406150*

நினைத்த நூல்கள்... நினைத்த நேரத்தில்...

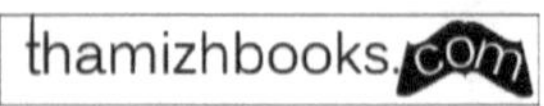

⊗ 8778073949

அச்சு : பிரிண்டெக், சென்னை - 600 005.

பதிப்புரை

இந்திய பொதுவுடமை இயக்கத்தின் நூறாவது ஆண்டு இது. காந்தியடிகள் குறித்து மாமேதை லெனினும், இந்தியப் பொதுவுடமை இயக்கத்தின் பிதாமகன் எம். என். ராயும் தொடங்கி வைத்த விவாதம் இன்றும் தொடர்கின்றது. காந்தியடிகளின் இன்றைய பொருத்தப்பாடு குறித்து இன்றையப் புரிதல் அடிப்படையிலான மறுபரிசீலனை ஒன்றை நிகழ்த்துகின்றார், தோழர் வெ. ஜீவகுமார். காலம் காலமாக காந்தியடிகளையும் பகத்சிங்கையும் எதிரும் புதிருமாக நிறுத்தி விவாதிப்பது இடதுசாரிகளின் வழக்கம்தான். அந்த விவாதத்தின் பொருத்தப்பாடு இன்றும் தீர்ந்துவிடவில்லைதான். ஆனாலும் அந்த விவாதத்தையே மறுபரிசீலனை செய்யவும், அல்லது அந்த விவாதத்தின் புள்ளிகளில் புதியன சேர்க்க வேண்டிய அவசியம் குறித்தும் எழுதுகின்றார்.

வழக்கறிஞரான வெ. ஜீவகுமார், தஞ்சைத் தியாகி தோழர் என். வெங்கடாசலம் அவர்களின் புதல்வர். மாணவ பருவத்திலிருந்து இந்திய மாணவர் சங்கத்திலும், பின் வழக்கறிஞர்கள் சங்கம், விவசாயிகள் சங்கம் மார்க்சிஸ்ட் கம்யூனிஸ்ட் கட்சி என தொடர்ந்து பணியாற்றி வருபவர்

பிரதி செம்மையாக்கத்திற்கு உதவிய முனைவர். ந. கந்தசாமி அவர்களுக்கு நன்றி.

1

காந்தி இன்னும் கற்றுக்கொடுக்கிறார்

ஆண்டு 1936;

இடம்: கட்னி புகை வண்டி நிலையம்; (இன்றைய மத்தியப் பிரதேசம்)

வயதான தம்பதியினர் இரயிலில் உட்கார்ந்துள்ளனர். சுற்றிலும் கட்டுக்கடங்காத மக்கள் கூட்டம் திரண்டுள்ளது. வாழ்த்துக் கோஷங்கள் வானிற்கு கேட்கின்றன. அந்தத் தம்பதியினர் உட்கார்ந்திருந்த இரயில் பெட்டி அருகில் கிழிந்த துணிகளோடு ஒருவர் நெருங்குகிறார். சன்னல் அருகே உட்கார்ந்திருக்கும் அந்த அம்மையாரிடம் ஒரு ஆரஞ்சுப் பழத்தை நீட்டுகிறார்.

"அம்மா, இதோ உங்களுக்கு என் அன்பின் சின்னம்." அந்த அம்மையாரின் கணவர் அவர் அருகில் உட்கார்ந்திருக்கிறார். கிழிந்த சட்டை அணிந்திருப்பவர், அவரை பார்த்துக் கூறுகிறார் "நீங்கள் பெரிய மனுஷன் என்றால் அதற்கு முழுக் காரணமும் அம்மாதான்." என்கிறார். இரயில் ஓடத் துவங்குகிறது. அந்த கிழிந்த சட்டை அணிந்திருப்பவரின் குரல் மீண்டும் கேட்கிறது. தம்பதியினர் மனக் குழப்பத்துடன் பயணம் செய்கின்றனர். அந்தத் தம்பதியினர் காந்திஜியும், அவரது மனைவி கஸ்தூர்பாவும். கிழிந்த சட்டை அணிந்திருந்தவர் அவர்களின் மூத்த மகன் ஹரிலால். இந்தியா என்கிற பெயர் இருக்கும் வரை காந்தியின் பெயரும் ஒலிக்கும். காந்திஜி குறித்த சர்ச்சைகளும் இருந்து கொண்டேயிருக்கும். இன்று நாம் காணும் இந்தியாவில் பல அரசியல் கட்சிகளில் வாரிசு அரசியல், தலைவர்களின் குடும்ப ஆதிக்கம் அதிகரித்து வருவதைப் பார்க்கிறோம், படிக்கிறோம், உணர்கிறோம்.

ராகுல் காந்தி மகாத்மா காந்தியின் கொள்ளுப் பேரன் என்று நினைப்பவர்களும் இருக்கலாம். இந்திரா காந்தியின் கணவர் பெரோஸ் காந்தி என்றே நம்மில் பலர் அறிந்துள்ளோம். இந்திராவின் கணவர் காந்திஜியின் உறவினர் அல்லர். அவர் பார்சி மதத்தைச் சேர்ந்தவர். *Gandhi* என்பதற்கு பதில் *Ghandy* என்று அவர் உச்சரிக்கப்படுகிறார். பெரோஸ் காந்தியின் தகப்பனார் பெயர் பேர்டுன் ஜகாங்கீர் காந்தி ஆகும். ஜவஹர்லால் நேருவின் மனைவி

காந்திஜி

நோய்வாய்ப்பட்ட நிலையில் கமலா நேருவிற்கு மருத்துவ மனையில் பெரோஸ் கான் பெரிதும் உதவுகிறார். நேரு இந்த திருமணத்தை விரும்பவில்லை. காந்தியின் தலையீட்டில் 26-08-42ல் இவர்கள் திருமணம் நடந்தது.1944 ல் ராஜீவ், 1946ல் சஞ்சய் பிறக்கின்றனர். இந்திரா, ராஜீவ், சஞ்சய், ராகுல், வருண் என்று இவர்கள் அனைவர் பெயர் பின்னும் காந்தி பெயர் ஈர்ப்புடன் இணைக்கப்பட்டது. ராஜீவ் காந்தியின் மனைவி சோனியா பெயருடனும் சஞ்சய் மனைவி மேனகா பெயருடனும் காந்தி பெயர் சேர்க்கப்பட்டது.1

இந்தக் காந்திகளின் பெயர்கள் மீண்டும் மீண்டும் டில்லி செங்கோட்டை அரியணையோடு தொடர்புபடுத்தப்படுகின்றன. காந்திஜிக்கும், கஸ்தூர்பாவிற்கும் பிறந்த மகன்கள் நான்கு பேர், ஹரிலால், மணிலால், ராம்தாஸ், தேவதாஸ்(காந்தி-கஸ்தூர்பாவிற்கு ஹரிலாலுக்கும் முன்பு பிறந்த மூத்த மகன் பிறந்த சில நாட்களிலே இறந்து விட்டார்.) எந்த அரியணைக் கனவுகளோடும் இவர்கள் வாழ்ந்தது இல்லை. மாறாக சுதந்திரப் போராட்டத்தில் இவர்கள் நாட்டிற்காக ஏராளமாக ரத்தம் சிந்தினர். இவர்களின் உடலும் உள்ளமும் துன்புறுத்தப்பட்டது. தந்தை-தனயன் என்ற உறவு காந்திஜிக்கும் அவரின் மூத்த மகன் ஹரிலாலுக்கும் வித்தியாசமான சூழலில் சிதைந்து போய் இருந்தது.

எனினும் ஹரிலால் விடுதலைப் போராட்டத்தில் சிறைப்படுத்தப்பட்டு சித்ரவதைக்கும் உள்ளாக்கப்பட்டார். தென்னாப்பிரிக்காவில் காந்தி இருந்த சூழலில் துவக்கம் முதலே காந்திஜியுடன் அவரது மூத்த புதல்வன் இணைந்து வாழ முடியவில்லை. நெறி தவறிப்போன தனது மூத்த புதல்வனின் வாழ்க்கையை சரி செய்ய காந்திஜி முயற்சி மேற்கொண்டார். தென் ஆப்பிரிக்காவில் காந்தி நடத்திய போராட்டத்திற்கு ஹரிலாலையும் அழைத்தார். தென்னாப்பிரிக்காவின் டிரான்ஸ்வால் சிறையில் சத்தியாக்கிரகியாகிய ஹரிலாலின் உடைமைகள் தகரப் பெட்டியில் வைக்கப்பட்டன அவரது முதுகுடன் சேர்த்துக் கட்டப்பட்டு கைகளில் விலங்குபூட்டி ஹரிலால் கைதியாக அடித்து தெருக்களில் இழுத்துச் செல்லப்பட்டார். காந்திஜி தன் புதல்வர்களையும், ஏன்; பேரப்பிள்ளைகளையும்கூட விடுதலைப் போராட்டத்தில் ஈடுபடுத்தினார். 240மைல்கள் நடந்த, புகழ்பெற்ற தண்டியாத்திரையில் காந்தி தன் பேரப்பிள்ளையான சிறுவனை(ஹரிலால் மகன்) நடக்க வைத்து அழைத்துச் சென்றார்.

காந்தியின் 61 வது வயதில் கோடை வெயிலில் அது நடந்தது. தமது உண்ணாவிரதப் போராட்டத்தில் குடும்பத்தை ஈடுபடுத்தினார். அடியும் உதையும் பெற்று அவர்கள் காயத்தில் ஈ மொய்க்க சிறையில் அடைக்கப்பட்டனர்.

தன் பிள்ளைகள் என்பதற்கா ஒரு சிறு பலன்கூட அவர்களுக்குக் கிடைக்கக் கூடாது என்று உறுதியாக இருந்தார். லண்டனில் காந்தியின் மூத்த மகன் ஹரிலாலைப் படிக்க வைக்க காந்திஜிக்கு வாய்ப்புக் கிடைத்தது. பீரன் ஜீவா மேத்தா அதற்காக உதவிகள் செய்தார். காந்திஜியின் மகனை லண்டன் அனுப்பி வைக்கும்படி கேட்டார். காந்தியின் குடும்பத்திற்கென்று அந்தப் பிரத்யேக ஏற்பாட்டை பீரன் ஜீவா மேத்தா செய்தார். காந்தியின் மகனுக்கும் பிறரைவிட முழுமையான தகுதி இருந்தது. எனினும் ஆசைப்பட்ட மகனை காந்தி லண்டனுக்கு அனுப்பி வைக்கவில்லை. காந்தியின் மூத்த மகன் ஹரிலால் வழக்குரைஞராக படிக்க விரும்பியதற்கு காந்தி உதவவில்லை.

காந்தியின் இரண்டாம் மகன் மணிலால் படிக்கவும் காந்தி உதவில்லை. தாம் சிறையில் இருந்த போது சந்தையில் முள்ளங்கி வியாபாரம் செய்யவும் ஆசிரமவாசிகளுக்கு உணவு தரவேண்டிய பொறுப்பையும் காந்தி மணிலாலிடம் ஒப்படைத்தார். ஹரிலால்

மிகுந்த வறுமையில் வாடியபோது அவர்தம்பி மணிலால் ஓரளவு உதவினார். ஹரிலாலின் நடவடிக்கையில் காந்தி அதிர்ச்சியுற்றிருந்தார். மணிலால் உதவியது பிடிக்கவில்லை. இதற்காக தம் எதிர்ப்பைக் காட்டும் வகையில் காந்தி தானே ஒரு வாரம் பட்டினி கிடந்தார். தன் இரண்டாம் மகன் மணிலாலை சென்னைக்கு இரயில் ஏற்றி அனுப்பினார். "உன்னை அறிமுகப்படுத்திக்கொள்ளாமலே ஒரு வருடத்திறகு நீ உழைத்துச் சம்பாதிக்க வேண்டும்" என்று அனுப்பினார். மணிலால் சென்னையில் மூட்டை தூக்கி பொருள் ஈட்டினார். சந்தைகளில், நடைபாதைகளில் படுத்துத் தூங்கி ஜீவனம் நடத்தினார்.

காந்திஜியை விட அதிக ஆண்டுகள் சிறையில் தள்ளப்பட்டவர் மணிலால் தான். உப்புச் சத்தியாக்கிரகத்தில் தலையில் எலும்பு முறிவுத் தாக்குதலுக்கு ஆளானார். மண்டை உடைக்கப்பட்டு மூளையில் காயத்துடன் சுயநினைவின்றி சிறைக்கைதியாக வாழ்ந்தார். 25 முறை சுமார் 14 ஆண்டுகள் சிறையில் அடைக்கப்பட்டார். ஒரே நேரத்தில் காந்தி ஒரு சிறையில், கஸ்தூர்பா மற்றொரு சிறையில், மூத்த மகன் ஹரிலால் தெருப்பிச்சைக்காரனாக, மற்றொரு மகன் மணிலால் மண்டை உடைபட்டு சிறைக் கைதியாக காந்திஜியின் மற்ற இருமகன்கள் ராம்தாஸ், தேவதாஸ் வேறு ஆகியோர் சிறைச்சாலைகளில் என இருந்துள்ளனர். இவ்வாறுதான் பின்னாளில் தேசத்தந்தை என்று அழைக்கப்பட்ட காந்திஜியின் குடும்பம் 1947க்கு முன்னால் வாழ்ந்தது. தாயும் மகனும் ஒரே சிறையில் இருந்தனர். கஸ்தூர்பாவுடன் அவரது மகன் ராம்தாஸ் 15 வயதில் இருந்த போது ஒரே சிறையில் அடைக்கப்பட்டனர். சிறைச் சாலைகள் ஒன்றும் அப்போது தவம் நடக்கும் பர்ணசாலைகளாக இல்லை.

இந்த சிறைச் சாலைகள் எப்படி இருந்தன? 1907ல் டிரான்ஸ்வால் சிறையில் காந்தி கைதியாக இருந்தார். அவர் அடைக்கப்பட்டிருந்த அறையில் ஒரு உள்நாட்டுக் கைதியும் சீனக் கைதியும் இருந்தனர். அவர்கள் நிர்வாணமாக்கிக் கொண்டு ஓரினச் சேர்க்கையில் ஈடுபட்டனர். இரவு முழுவதும் தூங்க முடியாமல் காந்தி மிரண்டு போன மனநிலையில் கிடந்தார்.[7] சிறைச்சாலை வாழ்க்கை காட்டு மிராண்டித்தனமாக இருந்தது. காந்திஜியின் மனைவி கஸ்தூர்பாவின் வாழ்க்கை சிறைச்சாலையிலேயே முடிந்தது. சிறைச்சாலை பயாகத்தில்தான் அவரின் இறுதிச்சடங்குகள் நடந்தன. 6 முறை சுமார் 2 ஆண்டுகள் கஸ்தூர்பா சிறைக்கைதியாக வாழ்ந்தார். 69

வயதில் மலமும் மூத்திரமும் அங்கேயே கிடக்கும், இருண்ட அறையில் தனிமைச் சிறையில் கஸ்தூர்பா நரகத்தில் வைக்கப்பட்டு இருந்தார். சொந்த ஊர் ராஜ்கோட்டில் இறக்கைகள் நறுக்கப்பட்ட பறவையாக சிறைக்கைதியாக வாழ்ந்தார். அவரின் 72 வயதில் விலைமாதுகள் அடைக்கப்பட்டிருந்த அறையில் சிறைக்கைதியாக இருந்தார். கடைசி மகன் தேவதாஸ் பஞ்சாப் சிறையில் இருந்தார். 'பாலின்றி பிள்ளை அழும்; பட்டினியால் தாய் அழுவாள், கூழின்றி கும்பி அழும்; குடும்பம் முச்சூடும்

ராம்தாஸ் காந்தி

அழும்' என்று ஜீவா ஒரு முறை எழுதினார். இந்திய விடுதலைக்காக காந்திஜியின் குடும்பம் இப்படித்தான் மகத்தான விலை கொடுக்க வேண்டி வந்தது. பகத்சிங், நேதாஜி சுபாஸ் சந்திரபோஸ், டாக்டர் அம்பேத்கர், ஜின்னா போன்ற பல தலைவர்களுடன் காந்திஜிக்கு கருத்து வேறுபாடுகள் இருக்கலாம்; காந்தியடிகளை சான்று காட்டவும் முதன்மைப்படுத்தவுமான நிகழ்வுகளும் உண்டு.

தன் உதிரத்தின் வழித்தோன்றல்கள் என்று காந்திஜி தன்குடும்பத்தில் யாருக்கும் கிஞ்சிற்றும் தனிச் சலுகை காட்டியதில்லை. ஆசிரமத்திலும் அனைவரும் சமம்தான்; ஒரு தலித் கிறிஸ்துவரின் மலத்தை சுத்தம் செய்யக் கூடிய வேலையை மனைவிக்கு உத்தரவிட்டது, 'நாவிதத் தொழிலாக இருந்தாலும் ஒழுங்காகக் கற்றுக் கொள்' என்று மகன் ராம்தாஸிடம் கூறியது என்று ஏராளமாகன செய்திகளைக் கூறலாம். சுதந்திரப் போராட்டத்தில் உடல் ரீதியாக, உள்ள ரீதியாக, பிரிட்டிஷ் ஏகாதிபத்தியம் வழங்கிய வன்முறையை காந்தியின் குடும்பம் ஏற்றுக் கொண்டது. இந்திய விடுதலைக்குப் பிறகு ஒரு பியூன் வேலைகூட தன் குடும்பத்தினர் ஏற்றுக் கொள்வதை காந்திஜி விரும்பவில்லை.

காந்திஜி - கஸ்தூரிபா

தேவதாஸ் காந்தி

உலகில் பல்வேறு நாடுகளில் விடுதலைப் போராட்டங்கள் நடந்துள்ளன. அவற்றுள் கத்தியின்றி ரத்தமின்றி விடுதலைக்குப் போராடியதாக காந்தி அடிகள் இன்று வரைமுன்மொழியப்படுகிறார். கியூபா, பொலிவியாவின் விடுதலைக்காக அனைத்து வழிகளிலும் போராடியதாக எர்னஸ்ட் சேகுவாரா அறியப்படுகிறார். பல நிகழ்வுகளில் இருவரையும் ஒப்பிட முடியாது எனினும் சில ஒருங்கிணைந்த அம்சங்களும் உள்ளன. இருவரின் மரணமும் இயற்கையானதல்ல. துப்பாக்கித் தோட்டாக்களே இருவரின் வாழ்வையும் முடித்தன. தம் பிஞ்சுக் குழந்தைகளுக்கு "சே"பனி வருடுவதுபோல் கடிதம் எழுதினார். "இக்கடிதத்தை எப்போதோ நீங்கள் படிக்கும் போது நான் உயிருடன் இருப்பேனா என்பதே சந்தேகம். என்னை அதிகம் நீங்கள் நினைத்திருக்க மாட்டீர்கள். சின்னக் குழந்தைகளுக்கு என்னை நினைத்துப் பார்க்க எதுவும் இருக்காது. நீங்கள் நல்ல புரட்சியாளர்களாக வளர வேண்டும். எங்கு அநீதி நடந்தாலும் எதிர்த்துப் போராட வேண்டும்."

இத்தகைய மகத்தான மனிதர்கள் தங்கள் குழந்தைகளை சொகுசு வாழ்க்கைக்குத் தயார் படுத்தவில்லை. தங்களைப் போன்றே தங்கள் குழந்தைகளும் சமூகத்திற்கு உழைக்க வேண்டும், பயன் தர வேண்டும் என்றே திட்டமிட்டனர். ''விடுதலைக்கான

போராட்டத்தில் நீ சிறையில் மரணம் அடைந்தால் உன்னைத் தெய்வமாக வழிபடுவேன்" என்று மனைவி கஸ்தூர்பாவிடம் காந்தி அடிகள் கூறினார். இன்று நாம் காணும் தலைவர்களில் பலர் நாட்டிற்காக எதுவும் செய்யாமல் முடிந்தால் நாடு முழுதும் பட்டா போட்டு கொள்ளலாமென துடிக்கின்றனர். இது தலைமைப் பண்பு அல்ல, கபளீகர குணம். காந்திஜியின் தியாகம் மட்டுமல்ல; அவரின் குடும்பத்தின் தியாயமும் நிறையக் கற்றுக் கொடுக்கிறது. பொது நலனுக்காக தம்மை அர்ப்பணிப்பவர்களை சமூகம் சுவாசிக்கும் வரை கொண்டாடிக் கொண்டே இருக்கும்.

2

கவனிக்கப்படாத காந்திஜியின் பக்கங்கள்

'இமயமலையும் கங்கையும் இந்தியாவுடன் எவ்வளவு பிரிக்க முடியாத அம்சங்களோ அதைப்போலவே காந்தியமும் இந்தியாவும் என்று மோகித்சென் ஒருமுறை குறிப்பிட்டார். தன்னலமறுப்பு, தியாகம், அர்ப்பணிப்பு, இந்திய விடுதலைக்குப் பிறகும் ஒரு துறவி போல் வாழ்ந்தமை இவை காந்தி அடிகளை இமயத்திற்கும் உயரமாகத் தூக்கி நிறுத்தின.

காந்திஜியையைப் பற்றி "அவர் ஒரு மிதவாதி, போராட்டங்களில் சிறு உரசலைக்கூட விரும்பாதவர்;" என்ற மென்மையான சித்திரமே நம்மிடம் உள்ளது. காந்தி அகிம்சா மூர்த்தியாகவும் காந்தியம் அகிம்சையின் முறையீடாகவுமே அறியப்படுகிறது. கத்தியின்றி ரத்தமின்றி நடந்த யுத்தத்தின் தளகர்த்தாவாக காந்தி முன்மொழியப்படுகிறார்.

1857 முதல் இந்திய சுதந்திரப் போருக்குப் பின் நடந்த விடுதலைப் போராட்டத்தில் தனது 'இன்றைய இந்தியா' என்ற நூலில் ரஜனி பாமேதத் மூன்று முக்கிய நிகழ்வுகளைக் குறிப்பிடுகிறார்.

(1) போராட்டத்தின் முதல் பேரலை (1905-1910)

(2) இரண்டாம் பேரலை (1919-1922)

(3) மூன்றாம் பேரலை (1930-1934)

இக்கால இடைவெளிக்குப் பிறகு 1942களில் நடந்த 'வெள்ளையனே வெளியேறு இயக்கம்' சுனாமியாக ஆழிப் பேரலையாக அமைகிறது. 'செய் அல்லது செத்து மடி' என்று காந்திஜி குறிப்பிடுவது இக்காலத்தில்தான். காந்திஜியின் அரசியல் நடவடிக்கைகளை ஆய்வு செய்தவர்கள் பல மாற்றங்களை இத்தருணத்தில் உணர முடியும்.

துவக்கத்தில் ஆங்கிலேயரிடம் தமக்கு இருந்த விசுவாசத்தை காந்திஜி பலமுறை ஒத்துக் கொண்டுள்ளார். விக்டோரியா

மகாராணியின் வைர விழாக் கொண்டாடும் கமிட்டியில் தானும் உறுப்பினர். என்றும், ஆங்கிலேயருடன் போட்டி போட்டுக்கொண்டு மன்னரிடம் விசுவாசம் காட்டியதாகவும் தம் சத்திய சோதனையில் குறிப்பிடுகிறார். என் குடும்பத்தில் இருந்த குழந்தைகளுக்கு ராஜ வாழ்த்து கீதம் பாடக் கற்றுக் கொடுத்தேன் என்றும் காந்திஜி கூறுகிறார். 1927-ல் மெட்ராஸ் காங்கிரசில்கூட சிங்காரவேலர் கொண்டு வந்த பூரண சுயராஜ்ஜிய தீர்மானத்தை காந்திஜி எதிர்த்துத் தோற்கடித்தார். பிந்தைய காலத்தில் பூரண சுதந்திர தீர்மானத்தை காந்தி ஏற்றுக்கொண்டார். காந்திஜி அறிவித்த ரௌலட் மசோதா எதிர்ப்பு போராட்டம், ஒத்துழையாமை இயக்கம், சட்டமறுப்பு இயக்கம் ஆகியவை மக்களின் பேராதரவைப் பெற்றன. இந்தியா முழுவதும் காட்டுத்தீயாய் இந்தப் போராட்டங்களில் கனல் தகித்தது. 'இந்தியர்கள் வெற்றிக்கு ஓரங்குல தூரத்தில் வந்து விட்டனர்.' என்று வெள்ளையரான லாயிட் பிரபு நெஞ்சு படபடத்தார். எனினும் தள்ளுமுள்ளுகள் வலுக்கும் போது காந்திஜி திடீரென்று போராட்டங்களை நிறுத்தி விடுவார். 1922ன் செளரா-செளரி நிகழ்வுகள், 1946 தல்வார்; கப்பல் படை எழுச்சி உள்ளிட்ட பல உதாரணங்கள் உண்டு. இவ்வளவுக்கும் பல போராட்டங்களில் இந்தியத் தரப்பில் வன்முறை என்பது தற்காப்புக்காகவே இருந்தது.

"பலாத்கார முறையில் சுதந்திரம் பெறுவதை விட தனிப்பட்ட முறையில் நான் யுகக் கணக்கில் காத்திருப்பேன்'' என்று காந்திஜி கூறினார்.

இரண்டாம் உலகப்போர்க் காலமே இந்திய அரசியல் தட்ப வெப்பங்களைப் புரட்டிப்போட்டது. சூரியன் அஸ்தமிக்காத சாம்ராஜ்யமான இங்கிலாந்தின் கூரையிலிருந்து ஓடுகள் விழுந்தன. இந்தியா கொதிநிலைக்கு மாறிக்கொண்டிருந்தது. ஸ்ட்ராபோர்டு கிரிப்ஸ் என்பவர்; தலைமையில் ஒரு குழுவை ஆங்கிலேயர் ஏற்படுத்தினார். இந்திய

ஹரிலால் காந்தி

காந்திஜி சம்பரனில்

சுதந்திரம் குறித்து பரிந்துரை செய்ய இந்த குழு அறிவிக்கப்பட்டிருந்தது. இக்குழுவும் பிரித்தாளும் சூழ்ச்சியுடன் சுதந்திரத்திற்காக போராடிய அணிகளை அணுகியது. கிரிப்ஸ் திட்டத்தை காந்திஜி கடுமையாக எதிர்த்தார். இந்த முறை போராட்டத்தின் தன்மையை மாற்றினார். புதிய போராட்ட அறிவிப்பினை வெளியிட்டார்.

''முடிந்தவரை இந்தப் போராட்டத்தை அமைதியான முறையில் நடத்தவே நான் முயற்சிப்பேன். ஆனால் பிரிட்டிஷ் அரசாங்கத்தையும் அதன் நேச சக்திகளையும் இந்தப் போராட்டம் ஈர்க்காவிடில் நான் எந்த எல்லைக்கும் செல்ல வேண்டியது இருக்கும். அதன் பின்னால் இந்தியாவில் நடக்கும் காரியங்கள் அனைத்திற்கும் பிரிட்டிஷ் அரசாங்கமே பொறுப்பேற்க நேரிடும். நான் பொறுப்பேற்க இயலாது'' என்று காந்திஜி கூறினார்.

12. 07. 1942 ஹரிஜன் வார இதழில் புதிய போராட்டம் குறித்து காந்திஜி பின்வருமாறு எழுதினார்.

''இந்தத் தடவை முன்கூட்டியே அறிவித்துவிட்டு நான் கைதாகப் போவதில்லை. இந்தப் போராட்டத்தில் நம்மில் யாரும் கைதாக வேண்டிய அவசியம் இல்லை. இம்முறை நடக்க இருக்கும் போராட்டத்தை இயன்ற வரைக்கும் குறித்த காலகட்டத்திலும் வேகமாகவும் நடத்த விரும்புகிறேன்.''

காந்திஜியின் செய்தியாளர்கள் சந்திப்பு 07. 08. 1942ல் நடந்தது. இந்தச் சந்திப்பு வித்தியாசமாக இருந்தது. "இந்த போராட்டத்தில் நீங்கள் கைதாவீர்களா?" என்று காந்திஜியிடம் நிருபர்கள் கேட்டனர். "இல்லை! இந்த முறை நானாக கைதாகும் பிரச்சனையே எழவில்லை. அப்படியே கைது செய்யப்பட்டாலும் உண்ணா நோன்பு போன்ற பழைய முறைகளைக் கையாளுவேனா, இல்லையா என்பதை இப்போது ஒன்றும் கூற முடியாது." என்று மர்மமாக காந்திஜி பதில் கூறினார். இன்னும் உச்சத்தில் காந்திஜி சொன்னார்.

'பிரிட்டிஷ் அரசாங்கம் முன் கூட்டியே என்னைக் கைது செய்தால் நான் கைதான இரண்டு வாரங்களுக்குள்ளேயே நாடு முழுக்க இறுதிப் போராட்டம் துவங்கி விடும். அந்தப் போராட்டம் துவங்கிய உடனேயே பலாத்காரச் செயல்கள் நாடு தழுவிய அளவில் வெடிக்கும். இந்த முறை அப்படிப்பட்ட பலாத்காரப் புரட்சி ஏற்பட்டால் நான் அதை பொருட்படுத்த மாட்டேன்".

பகத்சிங்கின் போராட்ட முறையை காந்திஜி அங்கீகரிக்கவில்லை. பிரிட்டிஷ் ஆதிக்கத்துக்கு எதிராக அடையாளப்பூர்வமாக டில்லி மத்திய சட்டசபையில் அவர் வெடிகுண்டு வீசினார். யாரையும் காயப்படுத்தும் நோக்கில் அல்ல என்றும் கூறினார். பகத்சிங்கிற்கோ மரண தண்டனையை வெள்ளையர்கள் 23. 03. 1931 அன்று திருட்டுத்தனமாக நிறைவேற்றினார்.

''பகத்சிங்கைத் தூக்கிலிட்டதன் மூலம் சுதந்திர இந்தியாவின் கூர்வாள் உறையிலிருந்து உருவப்பட்டு விட்டது. காரணமான பிரிட்டிஷாரை பழிக்கு பழி வாங்காமல் உறைக்குள் வாள் திரும்பாது'' என்ற கவிக்குயில் சரோஜினி நாயுடு கூறினார். காந்திஜி நினைத்திருந்தால் பகத்சிங்கின் தூக்கு தடுக்கப்பட்டிருக்கும் என்றும் பகத்சிங்கின் போராட்ட வடிவத்தை காந்திஜி ஏற்றுக் கொள்ளாததால் காந்திஜி கண்டு கொள்ளவில்லை என்றும் அப்போது காந்திஜி விமர்சிக்கப்பட்டார். இவையெயல்லாம் 1931-களில் நடந்தது. மேலும் பத்தாண்டுகள் ஓடின. முதலில் பெண்களைப் பார்த்து காந்தி கூறினார். ''உன்னை ஒருவன் பாலியல் பலாத்காரம் செய்யும்போது நான் அகிம்சையை போதிக்க மாட்டேன். அந்த மனித மிருகத்தை எதிர்த்து நீ எந்த ஆயுதமும் பிரயோகிக்கலாம். உனக்கு ஆயுதம் கிடைக்காவிட்டால் இயற்கை உனக்குத் தந்த பற்களும் நகங்களும் எங்கே போயின?''

சம்பரனில் காந்திஜி

பின்னர் பம்பாயிலிருந்து வெளியாகும் 'நியூஸ் கிரானிக்கிள்' என்ற பத்திரிக்கையில் காந்திஜியின் அறிக்கை வெளிவந்தது.

"ஒரு வெகுஜன இயக்கத்தில் பலாத்காரப் போராட்டங்களும் செயல்களும் உட்பட்டவைதான், அங்கீகரிக்கப்பட்டவைதான்"

காந்திஜியின் அறிக்கையா இது? என்று பிரிட்டனுக்கே கிலி பிடித்து விட்டது. பட்டாபி சீத்தாராமைய்யா என்பவர், அப்போது காங்கிரஸ் கட்சித் தலைவர் தேர்தலில் நேதாஜியை எதிர்த்து நின்றவர். 'பட்டாபி சீத்தாராமைய்யாவின் தோல்வி எனது தோல்வி என்று அப்போது காந்தியடிகளால் சொல்லப்பட்டது. பட்டாபி சீத்தாராமைய்யா மாநில காங்கிரஸ் கட்சித் தலைவர்களுக்கு ஒரு சுற்றறிக்கை அனுப்பினார். ஆந்திர சுற்றறிக்கை என்று அந்த அறிக்கை அழைக்கப்பட்டது.

'தந்திக் கம்பங்களை அறுக்கவும் தபால் ஆபீஸ்களை கைப்பற்றவும் தண்டவாளங்களையும் பாலங்களையும் வெடி வைத்து தகர்க்கவும் அந்த சுற்றறிக்கை அனுமதி தந்தது. 08.08.1942-ல் பம்பாயில் அகில இந்திய காங்கிரஸ் மாநாடு நடைபெற்றது.

மௌலானா அபுல்கலாம் ஆசாத் மாநாட்டுக்கு தலைமை தாங்கினார். ஆகஸ்டு போராட்டத் தீர்மானம் இந்த மாநாட்டில் நிறைவேற்றப்பட்டது.

"சாம்ராஜ்ய நாடுகளின் சொத்துக்கள் ஆதிக்கம் புரியும் வல்லரசு நாட்டின் பலத்தை அதிகரிப்பதில்லை. மாறாக சுமையாகவும் சாபக்கேடாகவும் விளங்குகின்றன. நவீன ஏகாதிபத்திய ஆட்சிக்கு இணையற்ற உதாரணம் இந்தியாவில் உள்ள பிரிட்டிஷ் ஆதிக்கமாகும்". இந்தியாவிலிருந்து உடனடியாக பிரிட்டிஷ் வெளியேற வேண்டும் என்ற கோரிக்கையை அகில இந்திய காங்கிரஸ் கமிட்டி முழு பலத்துடன் மீண்டும் ஒரு முறை வலியுறுத்துகிறது" என்று இந்த தீர்மானம் விரிவாக பேசியது. இந்திய மக்கள் அனைவரும் கட்டுப்பாடான ராணுவ வீரர்கள் போல் ஒற்றுமையுடன் பணியாற்றி காந்திஜியின் கட்டளைகளை நிறைவேற்ற அந்தத் தீர்மானம் அறைகூவியது. இந்தப் போராட்டத்தில் காங்கிரஸ் கட்சி தடை செய்யப்பட்டால் போராட்டத்தில் ஈடுபடுவோர், தமக்குத்தாமே வழிகாட்டியாக மாறி முடிவுகளை எடுத்துச்செயல்பட காந்திஜியின் கட்டளைகள் அனுமதி வழங்கின.

இந்தத் தீர்மானம் நிறைவேற்றப்பட்ட இரவே காந்திஜி, ஜவகர்லால்நேரு, அபுல்கலாம் ஆசாத், வல்லபாய் படேல் உள்ளிட்ட தலைவர்கள் கைது செய்யப்பட்டனர். அவர்கள் எந்தக் கொட்டடிகளில் அடைக்கப்பட்டனர், என்பது கூட வெளி உலகிற்குத் தெரியாது. சுதந்திரப் போராட்டத்தில் ஈடுபட்டவர்கள் தமக்குத்தாமே வழிகாட்டிகளாக மாறினார். மிதுனம், ஆஸ்தி, சிமூரி;, சதாரா போன்ற மாவட்டங்களில் விடுதலை இயக்க வீரர்களால் காவல் நிலையங்கள் கைப்பற்றப்பட்டன. காவல்துறையினர்; லாக்கப்பில் அடைக்கப்பட்டனர். அரசு அலுவலகங்கள், நீதிமன்றங்களை போராட்டக்காரர்கள் கைப்பற்றினர். பல இடங்களில் சுதந்திர இந்திய அரசு கிளைகள் உதயமாகின. அரசுக் கருவூலம் போராட்டக்காரர்கள் வசம் வந்தது.

இந்திய விடுதலைப்போராட்டத்தில் 1930-ல் கார்வால் கலகம் நடந்தது. விடுதலைப் போராட்டக்காரர்கள் முஸ்லீம் மதத்தினர். சிப்பாய்கள் இந்து மதத்தினர். எனினும் சிப்பாய்கள் போராளிகளை சுட மறுத்தனர். தல்வார் கப்பல்படை எழுச்சியும்கூட இந்து முஸ்லீம் இணைந்து நடத்தியது தான். வன்முறை வெடித்த பல போராட்டங்களில் "இந்தியாவை ஒரு வெறிக்கூட்டத்திடம்

நான்கு புதல்வர்களுடன் கஸ்தூரிபா காந்தி.

ஒப்படைக்க முடியாது" என்று காந்திஜி கூறிவந்தார். அப்படிப்பட்ட காந்திஜியே போராட்ட வீரர்களை தம்மை தாமே வழிகாட்டிகளாக மாறச்சொன்னார், என்றால் மாற்றத்தின் அழுத்தத்தை நாம் உணர முடியாதா? காந்திஜி மட்டுமல்ல, காந்திஜியின் இதயமாக ஆன்மாவாக இருந்த அவரது சீடர்களும் தமது கருத்துக்களை அப்படித்தான் முழங்கினார்.

காந்திஜியின் செயலாளரான மகாதேவ தேசாய் 'அரிசன்' பத்திரிக்கையில் ஆகஸ்டு போராட்டம் பற்றி பின்வருமாறு எழுதினார்.

'இந்த முறை நமது போராட்டம் சாத்விக வழிப்படியே இருந்தாலும் அவை நம்முடைய எதிரியின் சகல நடவடிக்கைகளிலும் குறுக்கிடுவதாக அமைய வேண்டும்.

காந்திஜியின் மற்றொரு சீடர் கிஷோரிலால் அதே ஏட்டில் பின் வருமாறு எழுதினார்.

'சதிச் செயல்களும்கூட சாத்விகப் போராட்டத்தில் அடங்கும். பாலங்களைத் தகர்ப்பது, தபால் தந்தி தொடர்புகளைத் துண்டிப்பது போன்ற மனித உயிர்களுக்கு ஆபத்து ஏற்படுத்தாத செயல்களும் சாத்விகப் போராட்டத்திற்கு உட்பட்ட செயல்கள்தான்''

ஓடும் ஆற்று நீரில் கால்களிலிருந்து மண் அரிக்கப்படுவது போல் அகிம்சாமுறை 1940களுக்கு பிந்தைய காலத்தில் கரைந்து கொண்டிருந்தது. 1947-ல் இந்தியா சுதந்திரம் பெற்றது. அதற்கு காரணம் மக்களின் பேரெழுச்சி தான். இதனை முடுக்கிவிட்டதில் காந்திஜியின் புது விசை முக்கிய பங்கு பெறுகிறது. காந்தி அடிகளின் வரலாற்றில் இந்தப் பக்கங்களும் உரிய முக்கியத்துவம் பெறவேண்டும்.

காய்தல் உவத்தல் இன்றி விருப்பு வெறுப்பு இன்றி காந்திஜியும் காந்தியமும் மென்மேலும் ஆய்வு செய்யப்பட்ட வேண்டும்

என்று கோரலாமா?

3

காந்தியழகளின் வெவ்வேறு முகங்கள்

அந்த எழுத்துகள் வெறுப்பைத் துப்பின. தனி மனித துவேஷமும் ஆணவமும் சொற்களில் பசை ஒட்டி இருந்தன.

எழுதியவர் வின்ஸ்ட்டன் சர்ச்சில், அடிமை இந்தியாவின் பிரிட்டிஷ் ஆட்சியாளர்.

வாசகம் இதுதான்; ஏன் காந்தி இன்னும் சாகவில்லை?

வெள்ளையர் ஆட்சியில் இந்தியாவைப் பஞ்சம் உடும்புப் பிடியாகப் பிடித்தது.

(அ) *1865-67-ல் ஒரிசா பஞ்சம் - 10 லட்சம் பேர் இழப்பு*

(ஆ) *1866-70-ல் ராஜபுதன பஞ்சம் - 15 லட்சம் பேர் இழப்பு*

(இ) *1876-78-ல் சென்னை மாகாண பெரும்*

   பஞ்சம் - 1.03 கோடி இழப்பு

(ஈ) *1896-97 ல் இந்திய பஞ்சம் - 50 லட்சம் பேர் இழப்பு*

(உ) *1899-1900-ல் வங்கப் பஞ்சம் - 10 லட்சம் பேர் இழப்பு*

(ஊ) *1943-44-ல் வங்கப் பஞ்சம் - 50 லட்சம் பேர் இழப்பு*

வறுமையில் வாடிய இவர்கள் உண்ணும் உணவை சாப்பிட்டு எலிகள்கூட 5 வாரத்திற்கு மேல் உயிர் வாழ முடியாது என வங்கத்தின் சுகாதாரத்துறை இயக்குநர் அறிக்கை கொடுத்திருந்தார். பிரித்தானியரின் காலனி ஆட்சியில் இந்தியா இருந்த சுமார் 200 ஆண்டுகளில் 31 கொடூர பஞ்சங்கள் ஏற்பட்டிருந்தன. இதே நில வரைபடத்தில் அதற்கு முந்தைய 2000 ஆண்டுகளில் 17 பஞ்சங்களே சம்பவித்ததாக மைக்டேவிசன் என்ற ஆய்வாளர் கூறுகிறார். பிரித்தானிய ஆட்சியில் பஞ்சம் என்பது இந்தியா தம் மண்ணில் விளைந்தவற்றை அன்னிய நாட்டிற்கு ஈந்துவிட்டு பட்டினி போடப்பட்டதாகும். வறுமையின் காரணமாக ஓடும் ரயில் முன் தற்கொலைகள் நடந்தன. பிள்ளைகளின் பரிதவிப்பைக் காணச் சகிக்காமல் ஆற்றிலும் குளத்திலும் பெற்றோர் தூக்கி வீசினர். விபச்சாரம் செய்தால்தான் வாழ்க்கை என்ற சூழலில் தம்

காந்திஜிக்கு வழிகாட்டும் பேரன் கனு ராம்தாஸ் காந்தி

புத்திரிகளை அன்னையரே கொன்றனர். இறந்த சவங்களைத் தின்ன ஓநாய்களும் நாய்களும் அலைந்தன. வட்டமிடும் ஒரே பறவையாக கழுகு இருந்தது. வின்ஸ்டன் சர்ச்சில் நினைத்திருந்தால் இரண்டு கப்பல்களில் உணவுப் பொருட்களை அனுப்பி பலரின் உயிரைக் காப்பாற்றி இருக்கலாம். 'இந்தியர்கள் முயல்களை போலக் குட்டி போடுகின்றனர்' என்று கேலி செய்த சர்ச்சிலின் மேசைக்கு பஞ்சம் குறித்த அந்தக் கோப்பு வந்தது. அதில்தான் "காந்தி ஏன் சாகவில்லை?" என சர்ச்சில் கேட்டிருந்தார்.

பின்னால் நடக்கப்போவது என்ன என்று அப்போது சர்ச்சிலுக்குத் தெரியாது. பிரிட்டிஷ் ஆட்சியில் ஈட்டிய லாபத்தை விட அதிகம், பிரிட்டிஷ் கம்பெனிகள் இப்போது சம்பாதிக்கின்றன. இதில் சர்ச்சிலுக்கும் திருப்திதான் என்று பண்டித நேரு கூறினார். 1963ல் 'சாட்டர்டே ஈவினிங் போஸ்ட்' பேட்டியில் நேரு இதைக் குறிப்பிட்டார்.

பின்னால் நடக்கப் போவதை காந்தி உணர்ந்திருந்தார். சுதந்திர தினம் பற்றி காந்தி பின்வருமாறு கூறினார்:

'....இன்று பரிபூரண சுதந்திர தினம். இதைக் கொண்டாடுவது நாம் பார்த்ததும், அனுபவிக்காததுமான சுதந்திரத்துக்காக போராடிய காலத்தில் பொருத்தமானது. இப்போது? நாம் அதைப் பெற்றுவிட்டோம். நமக்கு ஆசாபங்கம் ஏற்பட்டுள்ளது. உங்களுக்கு இல்லாவிட்டாலும் எனக்காவது...?"

காந்தி விட்டுச்சென்றவை ஏராளம். அவற்றைத் தொகுத்தால் ஒற்றுமையும், முரண்பாடும் மிகுந்திருக்கும்.

'காந்தி சாகலாம். காந்தியம் என்றென்றும் இருக்கும்' என்று 1931களில் காந்தி கூறினார். 1936லோ "காந்தியம் என்ற ஒன்று இல்லை. எனக்குப் பின்னால் அதை விட்டுச் செல்லவில்லை" என்றும் கூறினார்.

"பலாத்கார முறையில் சுதந்திரம் பெறுவதைவிட தனிப்பட்ட முறையில் நான் யுகக்கணக்கில் காத்திருப்பேன்" என்று காந்தி பிரிட்டிஷ் தலைநகர் லண்டனில் குறிப்பிட்டார்.

"செல்வர்கள் ஏழை எளியோருடன் உடைமைகளைப் பங்கிட்டுக்கொள்ள வேண்டும். தவறினால் ஒரு பயங்கர ரத்தப் புரட்சிக்கு ஒரு நாள் அவர்கள் தயாராகியே தீர வேண்டும்." என்றும் மற்றொரு தருணத்தில் குறிப்பிட்டார்.

தென்னாப்பிரிக்காவிலிருந்து திரும்பிய காந்தி சோவியத் கொந்தளிப்பு நடந்த 1915களில் இந்திய அரசியலில் தடம் பதித்தார். முன்னதாக தென்னாப்பிரிக்காவில் இந்தியர்மீதானஒடுக்குமுறையை எதிர்த்துப் போராடினார். இந்தியாவில் தம் அரசியல் வாழ்வின் துவக்கத்தில் காந்தி பிரித்தானிய விசுவாசியாக இருந்ததாக சத்திய சோதனையில் எழுதுகிறார். ஒவ்வொரு இந்தியருக்கும் ஆங்கிலேயர்மீதான ராஜ விசுவாசத்தையும் மரியாதையையும் உருவாக்கியதாக காந்தி எழுதுகிறார்.

காந்தி இந்திய சுதந்திரப் போராட்டத்தில் தம்மை ஈடுபடுத்தும் தருணத்தில் இந்திய கம்யூனிஸ்ட் இயக்கமும் உருவாகிக் கொண்டு இருந்தது. எனினும் காந்தியை விட கம்யூனிஸ்ட்களிடம் பிரிட்டிஷ் அரசு கடுமை காட்டியது. 1920களில் கம்யூனிஸ்ட் கட்சி தோன்றும் முன்பே பிரிட்டிஷ் உளவுத்துறை கொல்கத்தாவில் போல்ஷ்விக்களுக்கு எதிரான அதிகாரிகளை நியமித்தது. வாராந்திர அறிக்கையின் மூலம் கம்யூனிச நடவடிக்கைகளைக் கண்காணித்தது. கான்பூர், பெஷாவர் என தொடர்ச்சியாக சதி வழக்குகள் கம்யூனிஸ்ட்களுக்கு எதிராக ஜோடிக்கப்பட்டன.1929ல் மீரட் சதி வழக்கு என்ற பெயரில் கம்யூனிஸ்ட்கள் வேட்டையாடப்பட்டனர். 31பேர் கைதாகினர். அப்போது இர்வின் பிரபு பிரிட்டிஷ் துறை செயலாளருக்கு கடிதம் எழுதினார். "வழக்கை விரைந்து முடிக்க வேண்டும். கம்யூனிஸ்ட் இயக்கத்திற்கு பலத்த அடி தர வேண்டும்" என்று பணித்தார். கம்யூனிஸ்ட் கட்சி தடைகளைச் சந்தித்தது.

மறுபுறம் காந்தி மிக மென்மையாக தமது அணுகுமுறையை கையாண்டார். "பிரிட்டிஷ் ஆட்சியிடம் ஆற அமர ஒத்துப்போக வேண்டும். அவர்களின் சீர்த்திருத்தங்களை குத்தலாக குறை சொல்லக்கூடாது" என்று 1919ல் காந்தி கூறினார்.

சம்பரான் கிளர்ச்சியின் போது காந்தி 'ராஜ விசுவாசி' என்ற மரியாதையான விளம்பரம் பிரிட்டிஷ் தரப்பில் தமக்கு இருந்ததாக காந்தி குறிப்பிடுகிறார். காந்திக்கு பிரிட்டிஷ் ஆட்சியில் இருந்த பிரத்யேக அணுகுமுறையில் விடுதலைப் போராட்டத்தை வெகுசனப்படுத்தினார். முதலில் அவர் விவசாயிகளை ஈர்த்தார். 06- 12-1916ல் காசி இந்து சர்வகலா சாலை தொடக்கவிழாவில் காந்தி பங்கேற்றார். "கூட்டத்துக்கு வந்துள்ள சீமான் சீமாட்டிகளே! இவ்வளவு நகைகள் அணிந்து வந்துள்ளீர்! இதெல்லாம் இந்நாட்டு விவசாயிகளிடமிருந்து வந்த பணம்தானே" என்று கேட்டார். "இந்தியாவிற்கு விமோசனம் வழங்குபவர்கள் டாக்டர்களோ, வக்கீல்களோ, பெரிய நிலச்சுவான்தார்களோ இல்லை. விவசாயிகள் மட்டுமே" என்றார். 1917களில் பீகாரில் உள்ள சம்பரான் விவசாயிகளிடம் அவர் சென்றார். ஜீவகாருண்ய தேசிய சேவை என்ற நோக்கில் தான் நுழைவதாக கூறுகிறார். அங்கு விவசாயிகளின் பணப்பயிர் சாகுபடியான அவுரி (இண்டிகோ) குறித்த கிளர்ச்சிகள் நடந்துவந்தன. பிரிட்டிஷ் ஆடைகளுக்கு வண்ணமூட்ட பயன்படுத்தப்பட்டது அவுரிப் பயிராகும். அங்கு உழவர்களின் ரத்தம் பிழியப்பட்டது. அன்றைய சூழலைப்பற்றி மாஜிஸ்திரேட் ஈ.பி. லட்டூர் கூறியதாவது "மனித இரத்தக் கறை படியாமல் ஒரு அவுரிப் பெட்டிகூட பிரிட்டன் வந்ததில்லை. கத்தியால் குத்திக் கிழிக்கப்பட்ட துப்பாக்கியால் சுடப்பட்ட நிலையில்கூட விவசாயிகள் வந்துள்ளனர்." இந்தப் போராட்டத்தில் காந்தி அங்கிருந்த பெண்களையும் இஸ்லாமியரையும் ஒடுக்கப்பட்டோரையும் அணிதிரட்டினார். தம் மனைவியோடு ஓராண்டு அங்கேயே போய்த் தங்கினார். எனினும் கோரிக்கைகளுக்காக நடத்தப்படும் எந்தக் கிளர்ச்சியும் அரசுக்கு எதிராகவே திரும்பும். காந்திஜி இதனைப் பற்றி கூறினார், "சம்பரானில் நான் செய்த காரியம் சாதாரணமானது. ஆனால், என் நாட்டிலேயே பிரிட்டிஷார் இப்படி நட, அப்படி நட என உத்தரவு போட முடியாது என்பதை அப்போராட்டம் மூலம் பகிரங்கமாக அறிவித்தேன்."

சம்பராணிற்குப் பிறகு அவரின் அடுத்த ஈடுபாடு அகமதாபாத் மில் தொழிலாளர் போராட்டம் ஆகும். இப்போராட்டம் 21 நாட்கள் நீண்டது. தினமும் சபர்மதி நதிக்கரை மர நிழலில் தொழிலாளர்களின் கூட்டத்தை நடத்தினார். வேலை நிறுத்தத்தின் போது பேரணிகளும் நடத்தப்பட்டன. 1917ல் அகமதாபாத்தில் ஆலைத் தொழிலாளர் சங்கம் தொடங்கிய காந்தி அகில இந்திய நூற்போர் சங்கம், அகில இந்திய கிராம கைத்தொழில் நிர்மாண சங்கம் ஆகியவற்றையும் ஏற்படுத்தினார். 1928ல் காங்கிரஸ் கமிட்டி காரியாலயத்தின் கிளையாக தொழிலாளர் ஆராய்ச்சி இலாக்காவைத் துவங்கினார்.

என்னதான் வீணை வாசித்தாலும் சந்தனம்குழைத்துப் பூசினாலும் போராட்டங்களை ஒடுக்க தான் அரசு இயந்திரம் முயற்சிக்கும். பிரிட்டனின் பாஷையும் அதுதான். வேறு வழியின்றி காந்தியடிகளின் போராட்டத்தின் மொழியும் மாறுகிறது. மாணவர்களை விடுதலைப் போராட்டத்திற்கு அழைத்தார்.

''இந்திய இளைஞர்களை அவர்களின் அடிமைத்தனத்தின் கோட்டைகளிலிருந்து, அதாவது அவர்கள் பள்ளிக் கூடங்களில் கல்லூரிகளிலிருந்து வெளியேறி வருமாறு 1920ல் நான் அழைத்தேன். அடிமை விலங்குடன் கல்வி கற்பதைவிட சுதந்திரத்திற்காக கல் உடைத்து வாழ்வது எவ்வளவோ மேல்.....'' என காந்தி குறிப்பிட்டார்.

காந்தியடிகளின் வியூகத்தில் பெண்களை பேரளவில் ஈடுபடுத்தினார். தமது ஆசிரமத்துப் பெண்கள் மூலம் கிராமத்துப் பெண்களை எளிதில் அணுக முடிந்தது.

"பெண்கள் தங்கள் முழு பங்களிப்புத் தராத சுயராஜ்யத்தால் நமக்குப் பலன் இல்லை. பரிசுத்தமான மனமும் இதயமும் கொண்ட பெண்களின் கால்களில் விழுந்துகூட ஒருவர் வணங்கலாம். அப்படிப்பட்ட பெண்கள் பொது வாழ்வில் ஈடுபட நான் விரும்புகிறேன்" என்று காந்தியடிகள் கூறினார். காந்தியடிகள் திரட்டிய இன்னொரு பிரிவினர் மலைவாழ் மக்கள் ஆவார். தேசிய சிறுபான்மையினர் ஆதிவாசி சேவா சங்கம் மூலம் அவர்களை போராட்டத்தில் இணைத்தார். அரிசன சேவா சங்கத்தை 26 மாநிலங்களிலும் அமைத்தார். மக்களிடம் மேலும் நெருக்கமாக மொழியையும் காந்தி ஆயுதமாக்கினார். தம் இளமையில் ஒவ்வொரு இந்துப் பையனும் பெண்ணும் சமஸ்கிருதத்தை நன்றாக படித்து இருக்க வேண்டும் என்ற கொள்கையுடன் இருந்தார்.

பின்பு மொழி குறித்த அவரின் நிலையை காலத்திற்கு ஏற்ப மாற்றினார். கல்வி பயின்று விட்டு காந்திஜி திரும்பும் போது சூரத் நகரில் காந்திக்கு வரவேற்பு தரப்பட்டது. அதில் ஆங்கிலம் அதிகம் பயன்படுத்தப்பட்டது. முற்றிலும் குஜராத்திகள் கலந்து கொண்ட ஒரு கூட்டத்தில் வேறு மொழியில் பேசுவதை ஆட்சேபித்தார். இதே போல் 20-09-1927ல் திருச்சி தேசியக் கல்லூரியில் காந்திக்கு வரவேற்பு விழா நடந்தது. சமஸ்கிருத மொழியில் வரவேற்றனர். காந்திஜி சமஸ்கிருதம் தெரிந்தவர்களை கை தூக்கச் சொன்னார். சொற்ப அளவிலே கை தூக்கினர். அனைவருக்கும் புரியும் மொழியில் வரவேற்புரையைத் தயாரித்து இருக்க வேண்டும் என்று காந்தி அறிவுறுத்தினார். ஆங்கிலத்தில் சிந்தித்து ஆங்கிலத்தில் பேசும்படி தங்கள் குழந்தைகளுக்குப் பயிற்சி அளிக்கும் பெற்றோர் நாட்டுக்கும் குழந்தைகளுக்கும் துரோகம் செய்தவர்கள் ஆவர் என காந்தி கூறினார். காந்தியின் எதிர்மறையான அம்சங்களைப் பரிசீலிக்கும் முன்னால் அவர் நடத்திய போராட்டங்களை சுருக்கமாகத் தொகுக்கலாம். காந்தி முதலில் அறைகூவல் விடுத்த பெரிய நிகழ்வு 1919 ரெளலட் சட்டத்திற்கு எதிரானது ஆகும். இந்தப் போராட்டம் வேகம் பிடித்தபோது இமாலயத் தவறு நடந்துவிட்டதாக அவர் போராட்டத்தை நிறுத்தினார். 1920ல் ஒத்துழையாமை இயக்கம், 1922 சௌரிசௌரா சம்பவம், 1930ல் சட்ட மறுப்பு இயக்கம் என ஆவேசமான போராட்டங்களை காந்தி அறிவித்தார். வீதிகளில் மக்கள் திரளும்போது திடீரெனப் பின்வாங்கும் நிகழ்வுகள் நடந்தன.

காந்திஜியின். போராட்டங்களில் முக்கிய மைல் கல்லாக அமைந்தது, உப்புச் சத்தியாகிரகம் ஆகும். பிரிட்டன் கொணர்ந்த உப்பு வரிச் சட்டத்தை எதிர்த்து காந்தி அப்போராட்டத்தை அறிவித்தார். கடலோரத்தில் களைப்பின்றி தம் 61வது வயதில் நடந்த காந்தி எந்த ஆரவாரமும் கரகோசமும் இன்றி உப்பு எடுத்தார். எனினும் இப்போராட்டம் நாடெங்கும் பெரும் அதிர்வுகளை உருவாக்கியது. பர்தா அணிந்த பெண்கள் உட்பட சென்னை முதல் கராச்சி வரை 60000 முதல் 100000 பேர் வரை இப்போராட்டத்தில் சிறை ஏகினர்.

'உப்பு' என்ற வார்த்தை ஒரு பிரளயத்தை உருவாக்குவதாக அமைகிறது. யூதேயாவின் உப்புக் கடல் துவங்கி மத்திய தரைக்கடலையொட்டிய பெனிக்யாவின் சிதோன் வரை பல்லாயிரம் கிலோமீட்டர் இயேசு நடந்து சென்று தப்பித்ததாக பைபிளில்

உண்டு. காந்தியின் உப்புச் சத்தியாகிரகம் பற்றி ஆச்சாரிய கிருபளானி காந்தி தயாரித்தது உப்பு அல்ல புரட்சி என்று எழுதினார்.

உணர்ச்சி வயப்பட்ட சூழலில் "டிசம்பர் 31, 1921க்குள் சுயராஜ்யம் கிடைக்காவிட்டால் நான் உயிரோடு இருக்க மாட்டேன்" என்று காந்தி கூறினார். அந்தத் தருணங்களில் வேல்ஸ் இளவரசர் இந்தியா வந்தார். கிளர்ச்சிகள் வலுத்தன. ''சுயராஜ்யம் என் நாசிகளில் ஏறுகிறது" என்று காந்தி அதிர்ச்சி தந்தார். 1930ல் கார்வால் கிளர்ச்சியில் இந்து, முஸ்லீம் சிப்பாய்கள் இணைந்தனர். மக்களைச் சுட மறுத்தனர். காந்தி இதனை ஏற்கவில்லை. இப்போராட்டங்கள் பிரிட்டனுக்கு பெரும் திகிலைத் தந்தன.

காந்தி தம்மை சுத்திகரித்து கொண்ட ஒன்றாக அறியப்படுவது இந்துத்துவா குறித்த அவரின் நிலை ஆகும். இதிலும் காலத்திற்கு ஏற்ப மாறுதல்களைச் செய்தார். 1925ல் லஜபதிராய் தலைமையில் இந்து மகா சபை கூட்டம் நடந்தது. அதில் தன்னை 'சனாதனி இந்து' என கூறிக்கொண்டார். மேலும் 'பிராமண மதமே இந்து சமயத்தின் பெருமைக்குக் காரணம்' என்றும் 'பிராமணியத்தின் சாம்பலில் பிராமணர் அல்லாதோர் வளர முயற்சிக்கக் கூடாது' என்றும் காந்திஜி கூறினார். பின்னால் காந்தி நல்ல மாற்றத்தைத் தருவித்தார். 1927 இலங்கையில் சிங்களர் மத்தியில் காந்திஜி பேசினார். ''மகிந்தரையும் பௌத்தத்தையும் உங்களுக்குத் தந்தமைக்கு இந்தியா பெருமைப்படுகிறது. அதேசமயம் சாதி வேறுபாடு என்ற சாபத்தையும் உங்களுக்கு அறிமுகம் செய்ததற்காக இந்தியா வெட்கப்படுகிறது...

"தீண்டாமை ஒழிப்போடு சாதியும் ஒழிந்தால் நான் ஒரு சொட்டு கண்ணீர் கூட சிந்தமாட்டேன்." என்றார்.

அடுக்கப்பட்ட மூட்டைகளில் அடிமூட்டையான துப்புரவுத் தொழிலாளர்களுக்கு காந்திஜி அதிக முக்கியத்துவம் கொடுத்தார். 1943ல் காந்தி கூறியது, "இறுதியில் ஒரே சாதிதான் இருக்க வேண்டும். பங்கி(துப்புரவாளர்) என்ற அழகிய பெயருக்குரியது அது. அதாவது எல்லா அழுக்குகளையும் நீக்கி சீர்திருத்துபவர். அந்நிலை விரைவில் வரவேண்டும்" என்றார். பங்கிகளின் ஆட்சி உருவாக வேண்டும் என்ற காந்திஜி 02-06-1947ல் ஒரு பிரார்த்தனைக் கூட்டத்தில் பின்வருமாறு பேசினார்.

"இந்தியாவின் முதல் குடியரசுத் தலைவர் ஒரு தலித் பெண்ணாக இருக்க வேண்டும்." மற்றொரு நிகழ்ச்சியில் காந்திஜி கூறியது. ''நான்

சர்வாதிகாரியாக ஒப்புக்கொள்ள மாட்டேன். அப்படி நான் சர்வாதிகாரி ஆனால் வைசிராயின் வீட்டுக் கழிப்பறைகளை சுத்தம் செய்யும் துப்புரவுத் தொழிலாளி வீட்டுக்குப் போய் அவர்களின் கழிவறையைச் சுத்தம் செய்வேன்''; என்றார். தோல் செருப்பு தைத்தல், முடி வெட்டுதல் ஆகியவற்றில் காந்தி தேர்ச்சி பெற்று இருந்தார், தீண்டாமைக் கொடுமைகளில் காந்தி சமரசம் செய்து கொள்ளவில்லை. ஒரு தருணத்தில் காந்திஜி பின்வருமாறு கூறினார். ''அம்பேத்கர் இந்து மதத்தை விட்டு வெளியேறினால் நாம்தான் காரணம். அவ்வளவு அநியாயம் செய்துள்ளோம். அவர் செருப்பால் அடித்தாலும் வாங்கிக் கொள்ள வேண்டியது தான்.''

ஒரு வகையில் பார்த்தால் காந்தி போதித்த அகிம்சைத் தத்துவம் ஜைனமதத்தினுடையது ஆகும். இந்து மதம் என்பது வன்முறையைப் போற்றுவது என நிராத் சவுத்ரி எழுதினார். தீண்டாமைக்கு எதிரான கருத்துச் சமரில் காந்தியடிகள் எல்லா எல்லைகளையும் கடந்தார். 1934 ஜனவரியில் பீகாரில் பெரும் நிலநடுக்கம் ஏற்பட்டது. குழந்தைகள் ஆண்கள் பெண்கள் ஆயிரக்கணக்கில் மாண்டனர். அப்போது காந்திஜி கூறியது. 'இந்த நிலநடுக்கம் என்பது கடவுள் நாம் செய்யும் பாவங்களுக்கு, குறிப்பாகத் தீண்டாமை என்ற பாவத்திற்கு கொடுத்த பெரும் தண்டனை''. தீண்டாமையை ரவீந்திரநாத் தாகூரும் எதிர்த்தவர்தான். அவர் தான் காந்திக்கு 'மகாத்மா' பட்டத்தை வழங்கி இருந்தார். எனினும் ஒரு இயற்கைப் பேரழிவை தீண்டாமையோடு தொடர்புபடுத்துவதற்கு அவர் ஒப்பவில்லை. காந்திஜியின் அறிவுசாரா விளக்கமாக இதனை தாகூர் குறிப்பிட்டார். இதனால் காந்திக்கு தாம்கொடுத்த மகாத்மா என்ற பட்டத்தை திரும்பப் பெறுவதாகவும் தாகூர் கூறினார்.

காந்திஜியின் கருத்துகளைப் பயில்வதும் விவாதிப்பதும் ஒரு புள்ளியில் முடிவது இல்லை. உதாரணமாக விதவைத் திருமணம் பற்றிக் கூறலாம். நவஜீவன் பத்திரிக்கையில் வாசகர் கேள்விக்கு காந்தி பதில் அளித்தார். ''15வயதுக்கு குறைந்த விதவைகள் 3 லட்சம் பேர். இந்தத் தொகையைப் படிப்போர் அழுவர். இதற்குத் தீர்வு பாலிய விவாகத்தை நிறுத்துவதும் 15 வயதுக்குட்பட்ட கைம்பெண்களும் மற்ற இளமையுள்ள கைம்பெண்களும் புனர் விவாகம் செய்து கொள்ள இடம் தருவதும் ஆகும்.''

இலைதக் கூறிவிட்டு காந்தி தொடர்ந்து எழுதுகிறார். ''இந்த உபாயங்களை விருப்பம் உள்ளோர் அனுசரிக்கலாம். எனக்கு இவற்றை அனுசரிக்க விருப்பம் இல்லை. எமது குடும்பத்தில் பல

விதவைகள் உள்ளனர். அவர்கள் புனர் விவாகம் பற்றி யோசிக்கமாட்டார்கள் நானும் அவர்களை மறுமணம் செய்து கொள்ளும்படி கேட்க விரும்பவில்லை."

எனினும் 09-09-1927ல் காந்தியின் மாற்றத்தை உணரமுடிகிறது. அன்று சென்னையில் மாதர்கள் கூட்டம் நடந்தது. டாக்டர் முத்துலெட்சுமி, ருக்மணி லட்சுமிபதி ஆகியோர் இதனை நடத்தினர். அதில் 16வயது நிரம்புவதற்கு முன் பெண்களுக்கு திருமணம் செய்வதை நிறுத்த வேண்டும் என்று இளம் விதவைகள் மறுமணம் செய்வதை ஆதரிப்பதாகவும் காந்திஜி பேசினார்.

காந்திஜியின் கருத்துகளில் ஏற்ற இறக்கங்கள், மாறுதல்கள் இருந்து கொண்டே இருந்தன. 'வெள்ளையனே வெளியேறு' இயக்க காலத்தில் அவரின் பல வளர்சிதை மாற்றங்களை நாம் கண்ணுறலாம்.

"காந்தியிடம் இந்த நிலையிலும் மாறுதல்கள் ஏற்பட்டன. வெடிமருந்துக் கிடங்குள்ள கப்பல் நடுக்கடலில் தீப்பிடித்தது போன்ற நிலையில் 1947 மார்ச்சில் இந்தியா இருந்தது என்று மவுண்ட் பேட்டனின் செயலக தலைமை அதிகாரி இஸ்மே குறிப்பிட்டார். இதற்கு காரணம் பிப்ரவரி 18-1946ல் பம்பாயில் நடந்த ராயல் இந்திய கடற்படையில் எழுச்சி ஆகும். பம்பாயில் தல்வார் கப்பலில் 20 ஆயிரம் மாலுமிகள் ஒன்று திரண்டனர்.14 கப்பலின் கொடிக் கம்பங்களில் பறந்த யூனியன் ஜாக் கொடியை அகற்றினர். அவற்றின் இடத்தில் காங்கிரஸ், கம்யூனிஸ்ட், முஸ்லீம் லீக் கொடிகளை பறக்க விட்டனர். புரட்சி ஓங்குக என்ற முழக்கம் கேட்டது. ஏறத்தாழ ஒரு வாரம் இந்த கிளர்ச்சி நீடித்தது. பிரிட்டிஷ் ஏகாதிபத்தியம் நடுநடுங்கியது. காந்திஜியும் இதனை ஏற்கவில்லை. 'அராஜகம்' என்றும் 'சிவப்பு அழிவு' என்றும் இதனை காந்தி வர்ணித்தார். அகிம்சையை மீறி இந்துகளும் முஸ்லீம்களும் சேர்ந்த ஒரு பாவகரமான சேர்க்கை என இதனைக் குறிப்பிட்ட காந்தி இந்தியாவை ஒரு வெறிக் கூட்டத்திடம் ஒப்படைக்க முடியாது என்றார். இந்தியக் கப்பல் படை மாலுமிகள் இதனை எதிர்பார்க்கவில்லை. வேலை நிறுத்தக் கமிட்டித் தலைவர் போராட்டத்தை முடித்துக்கொண்டு பின்வருமாறு அறிவித்தார்.

"நாங்கள் சரணடைகிறோம்-பிரிட்டனிடம் அல்ல.

எங்கள் தாயகமான இந்தியாவிடம்."

காந்தி தடுமாறியபோது அவருக்கு எதிராக இந்தியாவில் கிளர்ச்சிகளும் நடந்தன. வட்டமேசை மாநாட்டிற்கு காந்தி

புறப்பட்டபோது பம்பாயில் தொழிலாளர்கள் ஆர்ப்பாட்டம் நடத்தினர். காந்தியிடம் தடுமாற்றங்கள் ஏன்?

''ஒரு சகாப்தத்தின் தத்துவத்தைவிட அதன் பொருளாதாரமே ஆராய்ச்சிக்குச் சரியான மூலஸ்தானம்.'' என்று ஏங்கல்ஸ் குறிப்பிடுகிறார்.

''நாம் எல்லோருக்கும் ஒரே நிறத்தோல் இருக்க வேண்டும், என்பதோ ஒரே அளவு மதிநுட்பம் இருக்க வேண்டும் என்பதோ ஒரே அளவு உயரம் இருக்க வேண்டும் என்பதோ, இயற்கையில் சாத்தியம் இல்லை. எனவே மற்றவர்களைவிட சிலர் மிகுதியான பொருளாதார ஆதாயம் பெறுவதற்கு ஏற்றவர்களாக இருப்பது இயற்கை. மதிநுட்பம் உள்ளவன் மிகுதியாக லாபம் ஈட்டுவதை நான் அனுமதிப்பேன். தன் ஆற்றல்களைப் பயன்படுத்துவதில் இருந்து நான் அவனைத் தடுக்க மாட்டேன்.'' என்று காந்தி கூறுகிறார். ''பெற்றோர் ஆகிய முதலாளிகள் குழந்தைகளான தொழிலாளர்களை பார்த்துக் கொள்ளவேண்டும்'' என்று தர்மகர்த்தா கொள்கையை பிரச்சாரம் செய்தார். ராம ராஜ்யம் பற்றிப் பேசிய, அவர், வர்க்கப் போராட்டம் இந்தியத் தன்மைக்கு அந்நியமானது எனக் கூறினார்.

எனினும் இந்தக் கட்டமைப்புக்குள் மனிதநேயம் போற்றுவதிலும் மதக் கலவரங்களை தடுப்பதிலும் எஃகு போல் உறுதி காட்டினார். லெனின், காந்தியை டால்ஸ்டாய் என்ற ரஷ்ய எழுத்தாளரின் ஆழ்ந்த மாணவன்'' என அழைத்தார். தீண்டாமைக் கொடுமைகளுக்கு எதிராகவும், இந்து-முஸ்லீம் ஒற்றுமைக்காகவும் அவர் காட்டிய பிடிவாதம் மதவெறியர்கள் அவர் உயிருக்கு உலை வைப்பதில் முடிந்தது. புராண வார்த்தைகளில் கூறுவது என்றால் காந்தியின் உயிரைப் பறிக்க எமன் ஏழு முறை பாசக் கயிற்றினை வீசினான். காந்தி தப்பினார். 1930ல் தீண்டாமைக்கு எதிரான அரிஜன யாத்திரை ஒன்றில் புனா நகர மன்ற வரவேற்பில் முதல் கொலைச் சதி நடந்து குடை சியில் 1948 ஜனவரி 30ல் காந்தியின் உயிரை கோட் சேயின் குண்டுகள் களவாடின.

இடதுசாரி அரசியலில் கார்ல்மார்க்ஸ், லெனின், ஸ்டாலின் போன்ற எண்ணற்ற தியாகக் குடும்பங்கள் உண்டு. மாற்று அரசியலில் உலகின் ஒரே தியாகக் குடும்பமாக காந்திஜியைக் கூறலாம். இந்த தியாகம் ஈடு இணையற்றது. சோதிடம் அறிவியலுக்குப் புறம்பானது தான். ஒரு வேளை காந்தியின் ஆயுள் நீடித்து இருந்தால் அவர் வகுப்புவாதத்திற்கு எதிரான அவரின் போராட்ட முடிவில் வர்க்க அரசியலில் இடதுசாரிகள் பக்கம்கூட

அவர் மாறி இருக்கலாம் என்று இக்கட்டுரையாளருக்கு கற்பனை செய்ய உரிமை உண்டு. கிறிஸ்து, லேவாதேவி வட்டிக்காரர்களை ஆலயங்களில் இருந்து விரட்டினார். அதேபோல் லெனின் அட்டூழியம் புரிந்த நிலப்பிரபுக்களை நிலத்தை விட்டு விரட்டினார். இப்போது கிறிஸ்து வாழ்ந்தால் போல்ஷ்விக் கட்சியில் தான் சேர்வார் என்று ஒரு முறை லூனா சார்ஸ்கி என்பவர் கூறினார். அத்தகைய கற்பனையை வழிமொழிந்து இக்கட்டுரை முடிகிறது.

4

சின்ன யானை நடையைத் தந்ததா?

ராஜ விருந்து உபச்சாரம் நடக்கிறது. தினமும் ஏசிய வாய் ஓய்ந்திருந்தது. சிறைச்சாலை ஜெயிலரின் முகத்தில் முள் அகற்றப்பட்டு ரோஜா பூத்திருந்தது. தோழர்களுக்கோ ஆச்சரியம். அவர்களை ஒரு முக்கியத் தலைவர் பார்க்க விரும்புவதாக தகவல் கூறப்பட்டது. நம்மிடம் அவருக்கு என்ன வேலை? அவரோடு ஒத்துப்போக நமக்கு என்ன இருக்கிறது? என்று சில தோழர்கள் அவரை பார்ப்பதை ஆட்சேபித்தனர். இல்லை, அவர் என்ன தான் சொல்வார் எனப் பார்ப்போமே என்று சிலர் கூறினர். கம்யூனிஸ்ட் கட்சியில் அப்போது சிறையில் தலைமைப் பொறுப்பில் இருந்த எஸ்.ஏ. டாங்கே "சரி, அவர் நம்மை சந்திக்கட்டும்" என விவாதத்தை முடித்தார். மீரட் சதி வழக்கில் சிக்கி சிறைக்குள் அவர்கள் கைதிகளாக இருந்தனர். சிறைக்குள்ளும் உரிமை முழக்கமிடுதலும், பதிலுக்கு அவர்கள் நையப் புடைக்கப்படுவதும் தினசரி நடந்தது. உடல் நைந்தும் உள்ளம் வஜ்ரமாகியும் உறுதியுடன் அவர்கள் சிறையில் வாழ்ந்தனர்.

ஆச்சாரியா கிருபளானி, காந்திஜி,
கான் அப்துல் கஃபர் கான், சரோஜினி நாயுடு, அபுல் கலாம் ஆசாத்

இச்சூழலில் ஒரு முக்கிய பிரமுகர் வருகிறார் என்றதும் சிறையில் பரபரப்பு தோற்றியது. ஒரு வெள்ளைக்காரப் பெண்மணி வினோதமாக இந்த கைதிகளுக்கு பழக்கூடையை அனுப்பினார். ஆனால் ஒரு அனுமதியும் கேட்டார். வந்திருக்கும் தலைவரோடு இணைந்து ஒரு புகைப்படம் எடுக்க விழைந்தார். அவர் அந்த ஜெயிலரின் மனைவி ஆவார். சிறைச்சாலைக்கு வந்த முக்கிய பிரமுகர் காந்தியடிகள் ஆவார். மீரட் சதி வழக்கின் கைதிகள் ராஜ மரியாதையோடு அன்று நடத்தப்பட்டனர்.

'வெள்ளையனே வெளியேறு' எனப் போராடும் காந்தியை சில பிரித்தானியர்கள் எப்படிப் பார்க்கிறார்கள்? உலகம் எப்படிப் பார்க்கிறது என எஸ்.ஏ. டாங்கே வியந்தார்.

'பூரண சுதந்திரம்' என்ற லட்சியத்தில் காந்திஜி பின்னாட்களில் தம்மை முழுமையாக அர்ப்பணித்தார். அதே சமயம் விவசாயிகள், தொழிலாளர் போராட்டங்களையும் தமது பாணியில் காந்திஜி நடத்தினார். 1930களில் குஜராத்தில் கேடா ஜில்லா விவசாயிகளிடமிருந்தும் அகமதாபாத் தொழிலாளர்களிடமிருந்தும் காந்திஜிக்குப் போராட்டங்களுக்குத் தலைமை தாங்க அழைப்பு வந்தது. காந்தி முதலில் ஈடுபட்டது அகமதாபாத்மில் தொழிலாளர்களின் கூலிப்பிரச்சினையாகும். இது குறித்து ஸ்ரீமதி அனுசூயா பாய் காந்தி கவனத்தை ஈர்த்தார். இந்த மில் ஸ்ரீஅம்பாலா சாராபாய் என்பவருக்குச் சொந்தமானது ஆகும். ஸ்ரீமதி அனுசூயா பாய் மில் முதலாளியின் சகோதரியாவார். எனினும் தொழிலாளர்களுக்காக சகோதரனை எதிர்த்தார், வேலை நிறுத்தம் 21 நாட்கள் நீண்டன. ஊர்வலம், பொதுக் கூட்டம், காந்திஜியின் உண்ணா விரதம் ஆகியவையும் நடந்தன. காந்திஜி தொழிலாளர் பக்கம் இருந்தார். எனினும் பிரச்சினையில் புதிய தலையீடு வந்தது. தலையிட்டவர் மில் முதலாளியின் மனைவி சரளா தேவி ஆவார். காந்திஜியின் மீது பற்றுக்கொண்ட அவரும் போராட்டத்தை முடிக்க ஆர்வம் காட்டினார். நட்பாளர்களின் அழுத்தத்தில் இப்போராட்டம் விரைவில் இனிதே முடிந்தது. இதன் பிறகு விவசாயிகளுக்கு விளைச்சல் இல்லாமையால் ஏற்பட்ட நிலவரி பிரச்சினையில் காந்திஜி பங்கேற்றார். கேடாச் சத்தியாகிரகத்தில் கலந்து கொண்டார்.

இந்தியாவில் என்று அல்ல; தென்னாப்பிரிக்காவிலும் காந்திஜிக்கு எதிர்பாராத வட்டங்களில் உதவி கிடைத்தது. காந்தியும் அவர் மனைவி கஸ்தூர்பாவும் தென்னாப்பிரிக்காவிற்கு சென்ற முதல்

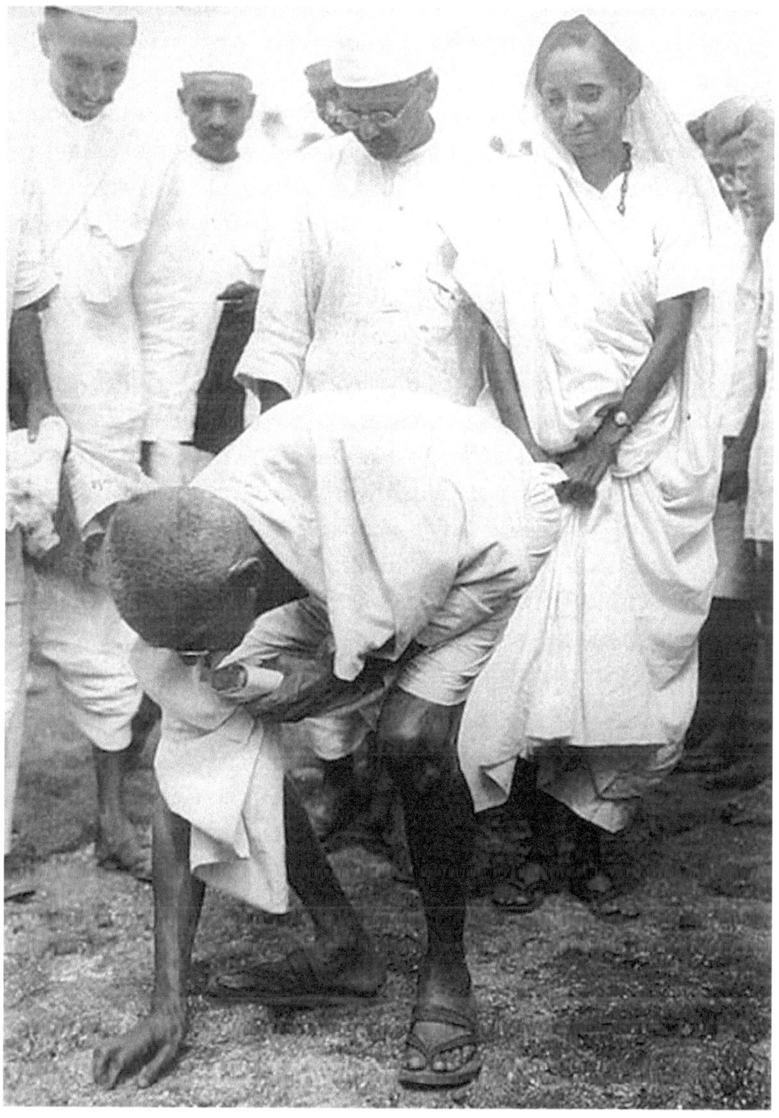

தண்டி - உப்பு சத்யாகிரஹம்

பயணத்தில் இது நடந்தது. பகலில் போனால் காந்திஜி வெள்ளையர்களால் தாக்கப்படுவார் என்ற சூழலில் காந்திஜி தன் குடும்பத்தோடு இரவில் டர்பன் நகர் போய் சேர்ந்தார். அங்கு வசித்த ருஸ்தம்ஜி என்ற பார்சிக்காரராகிய காந்தியின் நண்பர் வீட்டுக்கு போவதென்பது இவர் திட்டம் ஆகும். மனைவியையும் குழந்தைகளையும் ஒரு குதிரை வண்டியில் ஏற்றிவிட்டு காந்திஜி பின்னால் நடக்கிறார். காந்தியுடன் கப்பல் ஏஜெண்டும் நடந்து வருகிறார். எனினும் வெள்ளையர்கள் காந்திஜியின் அடையாளம் உணர்கின்றனர். வழி மறித்து காந்திஜியை கீழே தள்ளி உதைத்து மிதிக்கின்றனர். அப்போது காந்திக்கு உதவியது யார் தெரியுமா? ஒரு வெள்ளைக்காரப் பெண்மணிதான். டர்பன் நகரின் போலீஸ் கண்காணிப்பாளரின் மனைவி துணிச்சலோடு ரவுடிகள் மத்தியில் நுழைகிறார். தம் குடையை எடுத்து காந்தியின் தலைமீது பிடிக்கிறார். ரவுடிகள் கம்பி நீட்டுகின்றனர்.

இந்தியப் பெண்கள் காந்திஜியின் போராட்டத்தில் கலந்து கொண்ட ஏராளமான நிகழ்வுகள் உண்டு. உதாரணமாக காந்தியின் சீடர் அம்தூஸ் சலாம் என்ற இஸ்லாமியப் பெண்மணி நடத்திய உண்ணா நோன்பை கூறலாம். 1947களில் மதக்கலவரங்கள் தீப்பற்றி எரிந்தன. இந்து-முஸ்லீம் ஒற்றுமைக்காக காந்தியின் ஆசிரமத்தைச் சேர்ந்த அம்தூஸ் சலாம் 24 நாட்கள் உண்ணாவிரதம் இருந்தார். ஷிராண்டி என்ற இடத்திற்கு வந்து காந்திஜி அவர் உண்ணாவிரத்தை முடித்து வைத்தார்.

இயல்பாகவே பெண்பாலினத்தினர் அரசியலில் முன்வரிசையில் நிற்பதில் காந்திஜி ஆர்வம் காட்டினார். காந்தி நடத்திய சத்தியாகிரகப் போரில் நாடெங்கும் சிறைப்பட்டோர் 30 ஆயிரம் பேர். இதில் 17000 பேர் பெண்கள் ஆவர். ''வயதாக வயதாக மகாத்மாவின் கவர்ச்சி கூடிக்கொண்டே போகிறது. அவரைச் சுற்றி எவ்வளவு இளம் பெண்கள் மொய்க்கிறார்கள், பார்த்தீர்களா?'' என கவிக்குயில் சரோஜினி நாயுடு கூறினார்.

09-09-1927ல் திருவல்லிக்கேணி சிங்காராச்சாரி திருமண மண்டபத்தில் மாதர் கூட்டம் நடத்தப்பட்டது. முத்துலெட்சுமி ரெட்டி, ருக்குமணி போன்ற வீராங்கனைகள் தலைமை தாங்கினர். காந்தியடிகள் இக்கூட்டத்திற்கு சிறப்புமிகு உரை நிகழ்த்துகிறார். முன்பு தென்னாப்பிரிக்காவில் தில்லையாடி வள்ளியம்மை, திருமதி தம்பிநாயுடு, திருமதி பாக்கியம், திருமதி மீனாட்சிப்பிள்ளை

உள்ளிட்ட பெண்களை சுதந்திரப் போராட்டத்தில் ஊக்கப்படுத்தினார்.

தம் தேசத்தின் விடுதலைப் போராட்ட வீரர்களை அந்த நாட்டுப்பெண்கள் தலைவர்களாக போற்றியது ஏராளம். ஆதிக்கம் புரியும் தேசத்தைச் சார்ந்த பெண்கள் அடிமைநாடுகளின் தலைவர்களை ஏற்பதும் கொண்டாடுவதும் அரிய காட்சிகள். காந்தியின் வாழ்க்கையில் இது நடந்தது. 1931 பிப்ரவரி 17 காந்தி-இர்வின் சந்திப்பு நடந்தது. இங்கிலாந்தின் பிரதமரான சர்ச்சில் வெகுண்டார். ''ஒரு அரை நிர்வாணப் பக்கிரி வைசிராய் மாளிகையின் படிக்கட்டுகளை மிதிப்பதா?'' என ஆத்திரப்பட்டார். எனினும் மறுபுறம் அதே தேசத்துப் பெண்கள் காந்தியின் போராட்டங்களில் வசீகரிக்கப்பட்டனர். காந்தியடிகள் ஒரு மிகச் சிறந்த ஆளுமையாக சர்வதேச அளவில் பெண்களாலும் ஈர்க்கப்பட்டிருந்தார். இதன் காரணம், காந்தியடிகளின் தேக்கு மர உடலல்ல. சின்ன யானை நடையும் அல்ல. மற்ற தலைவர்களிடமிருந்து அவரை பிரித்துக்காட்டியது அவரின் அர்ப்பண உணர்வுதான். உதாரணமாக சமூகத்திலிருந்து தொழுநோயாளிகளை ஒதுக்கும் சட்டங்களை 1898ல் வெள்ளை அரசு இயற்றியது. காந்தி தொழுநோயாளிகளைப் பாகுபடுத்தவில்லை. பர்ஜீரே சாஸ்திரி என்பவருக்கு தொழுநோய் வந்தது. 1939ல் சேவா கிராமத்தில் காந்தி அவர் குடிசைக்குப் போனார். அழுகிக்கொண்டிருந்த அவரின் புண்களைக் கழுவி மருந்து போட்டார். நலிவுற்றோரிடம் காந்தி காட்டிய வாஞ்சை பலரை மெய் சிலிர்க்க வைத்தது. அதுமட்டுமின்றி தனது புதிய இந்திய நிர்மாணத் திட்டத்தில் காந்தி தொழுநோய் ஒழிப்பு குறித்தும் பேசினார். குஷ்டரோகி என்று ஒதுக்காமல் அவரையும் சகமனிதராக பாவித்ததுதான் அங்கு காந்தியை மகாத்மாவாக மாற்றியது.

5

உப்புச் சத்தியாக்கிரகம்-ஒரு மைல் கல்

1930 மார்ச் 12

நீரில் வரைந்த ஓவியங்களாக அந்தப் பெண்களின் உருவம் மறைந்து கொண்டு இருந்தது. அவர்கள் பெருமூச்சுடன் வீடு திரும்பிக் கொண்டிருந்தனர். பெண்களின் பட்டியலில் காந்தியடிகளின் மனைவி கஸ்தூர்பா, மருமகள் சுசீலா உள்ளிட்டோர் இருந்தனர். யாத்திரையில் பங்கேற்க பெண்களுக்கு அப்போது அனுமதியில்லை. மறுபுறம் 79 பேர் அடங்கிய பெருங்குழூ சபர்மதி ஆசிரமத்தில் புறப்பட்டு இருந்தது. தெற்குப்புறம் நடந்து கடலை ஒட்டி அவர்கள் பயணிக்க வேண்டும். 24 நாட்கள் 241 மைல்களில் தண்டி கிராமத்தை அடைவது அவர்களின் இலக்கு. பொறுக்கி எடுக்கப்பட்ட 79 பேரில் காந்தியடிகளின் மகன் மணிலாலும், காந்தியடிகளின் பேரனாகிய கணு ராம்தாஸ் காந்தியும் இருந்தனர். 61 வயதில் நான்கு முழ வேஷ்டியுடன் காந்தியடிகள் தலைமையேற்றிருந்தார். மூவர் கொண்ட வரிசையாக மூட்டை முடிச்சுகளுடன் 79 பேரும் யாத்திரையில் நடந்தனர். அவ்வப்போது பிரார்த்தனைகள் நடந்தன. கதர்ப் பிரச்சாரம், மதுவிலக்குப் பிரச்சாரம் ஆகியவையும் இடம் பெற்றன.

இது திடீர் அறிவிப்பு அல்ல. 1930 பிப்ரவரியில் சபர்மதியில் நடந்த காங்கிரஸ் காரியக் கமிட்டிக் கூட்டத்தில் திட்டமிடப்பட்டதுதான். பூரண சுயராஜ்யம் பெற சட்ட மறுப்பு இயக்கம் நடத்துவது என்றும் விவசாயிகள் மீது திணிக்கப்பட்ட உப்புச்சட்டத்தை மீறுவது என்றும் காந்தி யோசித்திருந்தார். காற்று, தண்ணீர் போல் உப்பும் இயற்கையின் கொடையே. அதற்கு ஏன் வரி என்றார் காந்தி. முன்னதாக வைசிராய் இர்வினிடம் இப்பிரச்சினைக்கு சுமூகத் தீர்வு கோரியிருந்தார். அவர்கள் தரப்பில் திருப்தியான பதில் இல்லை. "ரொட்டி வேண்டும் என்று நான் மண்டியிட்டுக் கெஞ்சினேன். ஆனால் எனக்குக் கல் தான்

கிடைத்தது" என்றார் காந்தி. 'நான் கைது செய்யப்படும்போது' என்ற கட்டுரையை பிப்ரவரி 27 ல் காந்தி எழுதினார். மார்ச் முதல் வாரத்தில் ராஸ் என்ற இடத்தில் வல்லபாய் படேல் கைது செய்யப்பட்டார். உடன் காந்தி சபர்மதி ஆசிரமத்தில் 75000 பேர் கலந்து கொண்ட கூட்டத்தை நடத்தினார். ஒத்துழையாமை இயக்கத்திற்கு அழைப்பு விடுத்தார். "நான் எதை விரும்புகிறேனோ அதனோடு திரும்புவேன் அல்லது என் சடலம் சமுத்திரத்தில் மிதக்கும்" எனக் கூறி அவர் யாத்திரையைத் தொடங்கினார்.

ஆகாயத்தில் பறவைகள் தலைக்கு மேல் கானம் இசைக்க, காலை 6.30 மணிக்கு உப்பு யாத்திரை துவங்கியது. வழியெங்கும் மக்கள் ஆரவாரம், கொடி அலங்காரம், பூ, தேங்காய் என உபசரிப்புகள் நடந்தன. சுட்டெரிக்கும் வெயிலில் ஏப்ரல் 6ல் யாத்திரை தண்டியை அடைந்தது. காந்திஜி கடலில் குளித்தார். காலை 8.30 மணிக்கு குழுவினர் உப்பு எடுத்தனர். அப்போது அங்கு ஈ,காக்காய் போலீஸ் எதுவும் இல்லை. உடன் காந்தி அறிவித்தார். "கைதாக தயார் எனில் யாரும் இப்போதே தங்களுக்கு விருப்பமும் சௌகரியமான இடத்தில் உப்பு காய்ச்சலாம்." சட்ட மறுப்பு இயக்கம் தீப் பற்றியது, பரவியது. மக்கள் கிளர்ந்தனர். பெஷாவரில் இராணுவம் துப்பாக்கிச் சூடு நடத்தியது. சென்னை, கல்கத்தாவிலும் இதே நிலை. கராச்சி, ஹிரோடா, ரத்தினகிரி, பாட்னா துவங்கி நம் வேதாரண்யம் வரை தெருக்களில் கிளர்ச்சிகள் வலுத்தன. சுமார் ஒரு லட்சம் பேர் சிறையேகினர். பெண்கள் ஏராளம் திரண்டனர். எல்லைப்புற மாநிலங்களில் கான் அப்துல்லா கபார் கான் தலைமையில் போராட்டம் வெடித்தது. பர்தா அணிந்த பெண்களும் வீதிக்கு வந்தனர். 12000 முஸ்லிம்கள் கைதாகினர். காந்தி இர்வினுக்கு இரண்டாம் கடிதம் அனுப்பினார். தர்ஸனா, சார்ஸடாவில் உப்பு டிப்போக்கள் முற்றுகை என காந்தி அறிவித்தார். இடையில் காந்தியை ஒரு நள்ளிரவில் கைது செய்தனர். 1827-ஆம் வருட பம்பாய் சட்டம் 25வது பிரிவில் காந்தி கைது செய்யப்பட்டார்.

சுராரியில் இரவு 12.45 மணிக்கு கட்டிலில் தூங்கிக் கிடந்தவரை போலீஸ் படை அள்ளிச் சென்றது. சர்தேச சமூகமும் சினம் கொண்டது. நியூயார்க்கில் மதகுரு ஜான் ஹேய்னஸ் ஹோாம்ஸ் தலைமையில் 102 குருக்கள்கூடி காந்திக்கு ஆதரவு தெரிவித்தனர். பிரெஞ்சுப் பத்திரிக்கைகள் இதே பேச்சாகின. பனாமா கால்வாயில் 24 மணி நேரம் வேலை நிறுத்தம் நடந்தது. பம்பாயில் 50,000 மில் தொழிலாளர்கள் வேலை நிறுத்தம் செய்தனர். ஜவுளி வியாபாரிகள்

6 நாட்கள் பந்த் நடத்தினர். ரயில்வே தொழிலாளர்கள் உள்ளிட்ட சகல பகுதியினரும் கோபம் காட்டினர். " போலீஸ் தடியடியில் சிலர் மாண்டனர். ஆயிரக்கணக்கானோர் படுகாயமுற்றனர். ஆறு காவல் நிலையங்கள் தீக்கிரையாகின. காயம் பட்டதிலே காந்தியின் அன்பு மகன் மணிலாலும் ஒருவர். அவர் மண்டையிலே எலும்பு முறிவு ஏற்பட்டிருந்தது. அடுத்த சில நாட்களில் காந்தியின் மனைவி கஸ்தூர்பாவும் போராட்டத்தில் கைதியானார். "பிரிட்டிஷ் ஆட்சி ஒரு சாபக்கேடு, இதை ஒழிப்பது நமது தர்மம்" என காந்தி இப்போராட்டத்தில் முழங்கினார். இந்திய விடுதலைப் போராட்டத்தில் தண்டி உப்பு யாத்திரை ஒரு மைல்கல், காந்திஜியுடன் அவர் குடும்பமும் அசாதாரண மன உறுதி காட்டியது. நிலவில் காலடி எடுத்து வைத்ததும் நீல் ஆர்ம்ஸ்ட்ராங் கூறியது "என்னைப் பொறுத்தவரையில் ஒரு அடி எடுத்து வைக்கிறேன். மனித குல முன்னேற்றத்திற்கோ இது மாபெரும் பாய்ச்சல்" என்றார்.

இவ்வாறு தான் 1947 ஆகஸ்ட் இந்திய சுதந்திரத்திற்கு தண்டி உப்பு யாத்திரை பெரும் உந்து சக்தியாக விளங்கியது.

6

காந்தியடிகளும் பகத்சிங்கும்

கொண்டாட்டத்தின் இடை வெளி 5 நாட்கள் தாம்

அக்டோபர் 2, 1869 காந்தி பிறந்த நாள்

செப்டம்பர் 28, 1907 பகத்சிங் பிறந்த நாள்

எனினும் காந்தியின் ஆயுள் 78 ஆண்டுகள். பகத்சிங்கின் ஆயுள் அதில் பாதி கூட இல்லை. 23 வயதில் அவர் வாழ்க்கை பிரிட்டிஷ் ஏகாதிபத்தியத்தால் உறிஞ்சப்பட்டது.

வெள்ளையனை வெளியேற்றுவது அவர்களை இணைத்த பொதுப்புள்ளி ஆகும். அவர்கள் நின்ற தளங்களோ வேறுவேறு.

பகத்சிங்கின் மறைவின் பொழுதுகளில் அவர் காந்தியடிகளுக்குச் சமமாக செல்வாக்கு பெற்று இருந்தார். 1931களில் பகத்தின் வீரகாதைகள் காந்தியடிகளுக்கு சமதையாக பெயர் பெற்றிருந்தன. காந்தி பலமுறை தமிழகம் வந்தார். பகத்தோ தமிழகம் அறிந்திராதவர்.

பகத் சிங் தூக்கிலிடப்பட்ட அறிவிப்பு

எனினும் பகத்தை தமிழகம் அறிந்திருந்தது. கடைக்கோடி கிராமத்தின் தெருக்கூத்துகளில்கூட பகத் பெயர் உச்சரிக்கப்பட்டது. பகதூர் பகவத்சிங்கம்-பக்திமான்களின் தங்கம் என்னும் பாட்டு புராண நாடக மேடைகளில் இசைக்கப்பட்டது. நாடக்கலைஞர் எஸ்.வி. சகஸ்ரநாமம் இது குறித்துக் கூறுவதாவது...

"அந்த நேரத்தில்(1931) பகத்சிங்கைப் பத்தி ஒரு பாட்டாவது பாடாம, நாங்க நாடகத்தை முடிக்க முடியாது. பகத்சிங்ன்னு சொன்னவுடனேயே அப்ளாஸ் விழும், மக்கள் அப்படியே உணர்ச்சிப் பிழம்பா இருப்பாங்க, யாராவது "மகாத்மா காந்திக்கு ஜே!"-ன்னு குரல் கொடுத்தா, உடனே இன்னொரு பக்கத்தில், இளைஞர்கள் சேர்ந்துக்கிட்டு, "பகத்சிங்குக்கு ஜே!ன்னு முழங்குவாங்க" பெரியாரின் பூமியாக போற்றப்படும் ஈரோட்டிலும் பகத் புகழ் பட்டொளி வீசியது.

பகத்சிங் பொதுச் செயலாளராக இருந்த அமைப்பு நவ ஜவான் பாரத் சபா. இதன் மாநாடு 11-03-1931ல் ஈரோட்டில் நடந்தது. தமிழகத்தில் தீப்பெட்டியில் பகத்சிங்கின் லேபிள் ஒட்டப்பட்டு தயாரிக்கப்பட்டது. பகத்தினுடைய பெயர் உள்ள புத்தகங்களும் அவரின் படங்களும் முற்றிலும் தடை செய்யப்பட்டன. பகத்சிங் தூக்கிலிடப்பட்ட நிகழ்விலேயே பிரிட்டிஷாரிடம் பயம் அப்பி இருந்தது. குறித்த நேரத்திற்கு முன் இரவிலேயே 23-03-1931 இரவு 07.33க்கு படுகொலையாக பகத்சிங் தூக்குத்தண்டனை நிறைவேற்றப்பட்டது. இதேபோல் காந்திஜியை வெள்ளையர்கள் குலைநடுக்கத்துடன் பார்த்தனர் என்பதற்கு ஏராள சான்றுகளை அறிவோம். "பஞ்சாபில் ஆயுதங்கள் உள்ள ராணுவப்படைகளால் உருவாக்க முடியாத அமைதியை தனி மனிதனாக வங்காளத்தில் காந்தி உருவாக்கிக் காட்டினார்" என்று மவுண்ட் பேட்டன் கூறினார். ஒரு தனி மனிதனை இராணுவ சேனைக்குச் சமமாக வலிமைப்படுத்தினார்.

"காந்தி உண்ணாவிரதம் இருக்கப் போவதாக கூறினால் நாடே கிடுகிடுக்கிறது" என ஆங்கிலேய வைசிராய் விலிங்டன் கூறினார். நிர்வாணப் பக்கிரியான காந்தியைக் கண்டு அந்த வார்த்தைகளைக் காந்திக்கு எதிராக உச்சரித்த கோட்டுசூட்டு கனவான் வின்ஸ்டன் சர்ச்சில் நடுங்கினார். ஆக, காந்தியடிகளும் பகத்சிங்கும் பிரிட்டனுக்கு பீதியையும் பேதியையும் தந்தவர்கள்.

காந்தியின் வாழ்க்கையும் எழுத்துகளும் 48000 பக்கங்கள் எழுதப்பட்டு 98 தொகுதிகளாக திரட்டப்பட்டுள்ளன. காந்திஜியின்

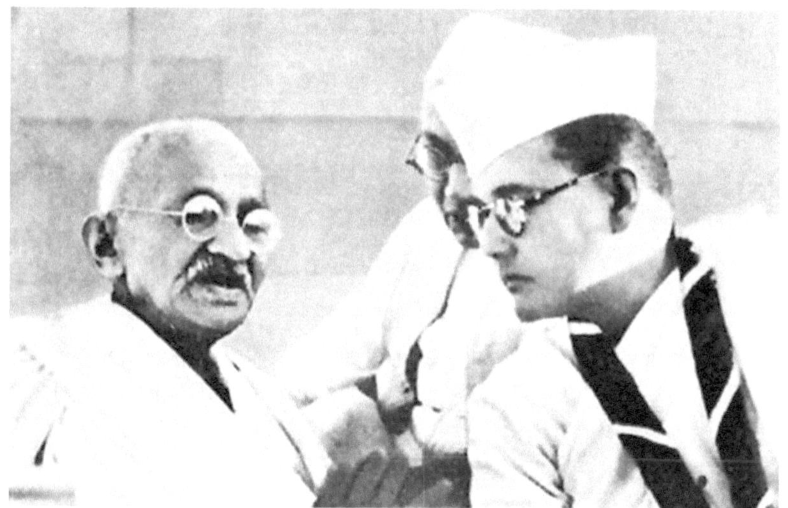

காந்திஜி - நேதாஜி

அரசியல் குரு கோபால கிருஷ்ண கோகலே ஆவார். முகமது ஜின்னாவுக்கும் இவரே அரசியல் குரு ஆவார். 1866ல் பிறந்த அவர் 1915ல் காலமானார். கல்வி முறை சீர்திருத்தம் அவரின் தனிச் சிந்தனை ஆகும். இந்திய சுதந்திரப் போராட்டத்தில் ஒரு குறிப்பிட்ட காலத்தில் மாலுமியாக அவர் முன் நின்றார். பகத்சிங்கின் அரசியல் குரு கர்த்தார்சிங் சரபா ஆவார். பஞ்சாப் லூதியானாவில் பிறந்த அவர் 15 வயதில் மேற்படிப்பிற்காக அமெரிக்கா போனார். விடுதலைப்போராட்டத்தில் 19வயதில் தூக்கு மேடை ஏறினார். தண்டனைக் காலத்தில் அவர் அறையில் ஆட்டமும் பாட்டும் கூத்துமாக இருந்தார். தண்டனை அறிவிக்கப்பட்டு மரணமேடைக்கு போனபோது அவர் எடை 10 பவுண்ட் கூடி இருந்தது. அவர் தாத்தா உள்ளிட்டோர் அவரின் விடுதலைக்காக கண்களில் நீர் ததும்ப ஆதங்கப்பட்டனர். கருணை மனுப் போடக் கோரினர். கர்த்தார் சிங்கிற்கு மரண மேடை மண மேடையாகத் தெரிந்தது. புது மாப்பிள்ளை போன்று உற்சாகத்துடன் தாத்தாவின் யோசனையை நிராகரித்தார்.

லாகூர் சதி வழக்கில் ஏழு பேருக்கு தூக்குத் தண்டனை விதிக்கப்பட்டது. குற்றவாளிகளில் இளையவரான தன்னையே முதலில் தூக்கில் போட வேண்டும் என்று கர்த்தார்சிங் கேட்டார். தன் கழுத்தில் தானே தூக்கு மாட்டினார் இக்கு நிகழ்வுகள் பகத்சிங் வாழ்விலும் சம்பவித்தன. பகத்சிங்கின் தந்தை தன் மகனுக்காக

அரசாங்கத்திற்கு கருணை மனு அனுப்பினார். துடித்துப்போன பகத்சிங் அப்பாவிற்கு கடிதம் எழுதினார்.

"நான் என் முதுகில் குத்தப்பட்டதாக உணர்கிறேன். இதை வேறு யாரேனும் செய்திருந்தால் துரோகம் என்றே கருதியிருப்பேன். உங்களைப் பொறுத்தவரை இது மோசமான பலகீனம் என்றே சொல்வேன்."

எனினும் பதிலாக பகத்சிங் அரசாங்கத்திற்கு தனிக் கடிதம் கொடுத்தார்.

"நாங்கள் எங்கள் நாட்டிற்காக உயிரைக் கொடுப்பதில் பெருமைப்படுகிறோம். நாங்கள் யுத்தக்கைதிகள். குற்றவாளிகளைக் கொல்வது போல் எங்களைத் தூக்கில் போடாதீர். எதிரி வீரர்களை வீழ்த்துவது போல் இராணுவத்தால் எங்களைச் சுட்டுக் கொல்லுங்கள்."

தனிப்பட்ட வாழ்வில் காந்திக்கும் பகத்சிங்கிற்கும் ஒரு மெல்லிய வேறுபாடு உண்டு. காந்தியடிகள் 1869 முதல் 1921 வரையிலான அவர் வாழ்க்கையை சுயசரிதையாக்கினார். 1925முதல் 1929 வரை 'யங் இந்தியா'வில் 'சத்திய சோதனை' என்ற பெயரில் தம் சரிதையை எழுதினார். தம் பலங்களையும் பலகீனங்களையும் அதில் கண்ணாடி போல் காட்டினார். 13 வயதில் காந்தியின் திருமணம் நடந்தது. அவர் மனைவி கஸ்தூர்பா வயதில் அவரைவிட சில மாதங்கள் மூத்தவர். தமது துவக்க கால வாழ்வைப் பற்றி சுயசரிதையில் காந்தி பின்வருமாறு கூறுகிறார்: "காமத்தின் விலங்கிலிருந்து விடுபட எனக்கு அதிக காலம் ஆயிற்று. அதை வெல்வதற்கு நான் எத்தனையோ கடும் சோதனைகளைக் கடக்க வேண்டி இருந்தது." பிந்தைய காலத்தில் சரளாதேவி செளதரணி என்ற பெண்மணியுடன் காந்தி கொண்ட நட்பும் அதில் அவர் தப்பித்ததும் பலரின் புருவங்களை நெறிய வைத்த செய்தியாகும். அப்போது காந்திக்கு வயது 50. சரளா தேவியின் வயது 47 ஆகும். தாகூரின் உறவினரான சரளாதேவியிடம் காந்திக்கு ஏற்பட்ட நட்பிற்கு 'ஆன்மிகத் திருமணம்' என்ற பெயர் பொருத்தமாக இருக்கும் என்று காந்தியே பிறகு குறிப்பிட்டார். எனினும் காந்தியின் மகன் தேவதாஸ் காந்தி, ராஜாஜி, காந்தியின் செயலாளர் மஹாதேவ தேசாய் ஆகியோரின் முயற்சி இந்த நட்பை முற்றவிடவில்லை. மார்க்கரெட் சாங்கர் என்பவருக்கு காந்திஜி எழுதிய கடிதத்தில், தான் ஒரு பரந்த, விலாசமான பண்பாட்டு

அடிப்படையிலான கல்வியைப் பெற்ற ஒரு பெண்ணைச் சந்தித்தபோது சறுக்கி விழ இருந்ததாகவும், அதிருஷ்டவசமாக தன்னுடைய பரவச நினைவிலிருந்து விடுபட்டதாகவும் காந்தி எழுதுகிறார்.

பகத்சிங்கிற்கு அத்தகைய அந்தப்புர நினைவுகளோ கனவுகளோ அறவேயில்லை. பகத்சிங்கின் குரு கர்த்தார் சிங்கை அவர் பிரதிபலித்தார். விடுதலைப் போராட்டப் பணிகளின் போது கர்த்தார் சிங் தம் குழுவினருடன் தப்பி வருகிறார். அன்று 17-12-1914 ஆகும். ஒரு வீட்டில் இருந்த ஒரு இளம் பெண்ணின் அழகில் மயங்கிய புரட்சி இயக்க இளைஞன் அவளைப் பாலியல் பலாத்காரம் செய்ய முயல்கிறான். அதைத் தடுத்து அவனைத் துப்பாக்கி முனையில் மிரட்டி காதைப் பிடித்துத் திருகி வெளியே இழுத்து வருகிறார் கர்த்தார்சிங். குருவைப்போலவே பகத்சிங்கின் வாழ்வும் வார்க்கப்பட்டது. எவ்வித பாலியல் சிந்தனைகளுக்கும் அப்பாற்பட்டு தம்மை அர்ப்பணித்தவன் பகத்சிங்.

மதம் குறித்த காந்திஜியின் பார்வை வித்தியாசமானது.

"ஓர் இந்து என்பதில் நான் பெருமைப்படுகிறேன். ஆனால் எனது இந்து மதம் சகிப்பற்ற தன்மையையோ அல்லது பிற மத வெறுப்பையோ கொண்டது அல்ல." என்றார் காந்தி. ஈஸ்வர அல்லா தேரே நாம், சப்கோ சன்மதி தே பகவான் (கடவுளே நீ தான் ஈஸ்வரன், நீ தான் அல்லா, எல்லோருக்கும் நல்ல புத்தியைக் கொடு) என்பது காந்தியின் பிரார்த்தனை ஆகும். இந்திய-பாகிஸ்தான் பிரிவினைக் காலத்தில் கலவரங்கள் வெடித்தன. "என் பிணத்தின் மீது தான் இந்தியா பிளவுபட முடியும்" என்றார் காந்திஜி. கலவர பூமியில் பிணங்களின் நடுவில் கொத்தித் தின்னும் இராட்சத இறக்கைகள் விரித்த கழுகுகளுக்கும் வல்லூறுகளுக்கும் கீழே காந்தி நின்றார். இந்தியப் பிரிவினைக்கு மாற்றாக அரசின் தலைமைப் பொறுப்பில் இந்துவாகிய நேருவிற்குப் பதில் இஸ்லாமியராகிய ஜின்னாவை காந்தி ஏற்கத் தயாராக இருந்தார். மௌண்ட் பேட்டனுக்கு அத்தகைய பரிந்துரை செய்தார்.

மதம் குறித்த அணுகுமுறைகளில் காந்திஜிக்கும் பகத்சிங்கிற்கும் வேறுபாடு இருந்தது. மதச்சார்பின்மைக்கு பகத்சிங்கின் இலக்கணம் தனி. தம் 19 வயதில் கடவுள் உண்டு என்பது அடியோடு ஆதாரமற்றது எனக் கூறினார். தம் 20 வது வயதில், 1927ல் தமது மத அடையாளங்களை முற்றிலும் துறந்தார். குழந்தையை

முத்தமிடுவது போல் தம் மரணத்தை முத்தமிட பகத் துடித்தார். இரகசிய வழிபாடுகள் அவரிடம் இல்லை. பரிபூரண அறிவின் நாத்திக ஒளி அவர் முகத்தில் ததும்பியது.

லாகூர் சிறை, மரணத்தின் கடைசிப் படிக்கட்டில் பகத் நிற்கிறார். வார்டன் சர்தார் சிங் ஒரு சீக்கியர். 'உண்மையான சீக்கியனாக உன் வாழ்க்கை அமையட்டும்' என்று குத்தா என்ற சீக்கியரின் புனித நூலை பகத்துக்கு வாசிக்கக் கொடுக்கிறார்.

"எனக்குக் கொள்கைதான் பெரிது சகோதரா. நான் இப்போது படிக்க விழையும் நூல் அரசும் புரட்சியும். மாமேதை லெனின் இயற்றியது. என் வழக்கறிஞர் பிரான் நாத் மேத்தா மூலம் இதைத் தருவித்துள்ளேன்" என்கிறார் பகத்சிங்.

'அரசும் புரட்சியும்' என்ற நூல் லெனினால் எழுதப்பட்டது. தம் தலைமறைவு வாழ்க்கையில் லெனின் ஜெர்மனியில் இருந்தார். ஒரு மரக்கிளையில் குடிசை உருவாக்கி வைக்கோலால் அது வேயப்பட்டது. சூரிய ஜோதியில் மேலே ஆகாயம் நிர்மலமாக இருந்த ஏகாந்தத்தில் லெனின் இதனை எழுதினார். இந்நூலை படித்ததும் பகத் பின்வருமாறு கூறினார். "அரசும் புரட்சியும்" புத்தகம் முன்கூட்டியே படித்து இருந்தால் என் வாழ்க்கை வேறுமாதிரி அமைந்து இருக்கும்."

தம் பால்ய பொழுதுகளில் அஞ்சாத நெஞ்சுரத்தின் ஒரு பிருமாண்ட ஆளுமையாக பகத்சிங் தம்முள் வியாபித்தார். ஆங்கிலேயருக்கு எதிராக தம் எதிர்ப்பைக் காட்ட பார்லிமென்டில் காலி இருக்கை மீது பகத் குண்டு வீசினார். இளமையில் முடிந்த அவரின் வாழ்வின் சரிதத்தில் இரண்டு ஆண்டுகள் சிறையில் இருந்தார். 56 புத்தகங்கள் பயின்றார். 404 பக்கங்கள் குறிப்பெடுத்தார். 78 வயது வரை வாழ்ந்த காந்தியின் வார்த்தைகள் 28000 பக்கங்கள் வியாபித்துள்ளன. காந்தி 17 முறை உண்ணா நோன்பு இருந்தார் என்றால் பகத் மாறிமாறி 114 நாட்கள் இத்தகு போராட்டம் நடத்தினார்.

"எம் இளம் வயதுகளில் பகத்சிங் மீதான பற்று காந்தியடிகள் மீது கோபத்தைக் கிளறியிருந்தது. 1931 மார்ச் 23ல் பகத்தின் மரண தண்டனை நிறைவேற்றப்பட்டது. அப்போது ஆங்கிலேய வைசிராயாக இருந்த இர்வின் பிரபுவை காந்தி அச்சமயங்களில் அடிக்கடி சந்தித்தார். 15 நாட்களில் 8 முறை சந்தித்தார். 1931 மார்ச் 4ல் காந்தி இர்வின் ஒப்பந்தம் கையெழுத்தானது. இதில் பகத்சிங்

விடுதலை பற்றி எந்த ஷரத்தும் இல்லை. பகத்தின் தூக்குத் தண்டனை குறித்து நேரு காந்தியோடு பேசப் போகிறார், காந்தி அப்போது மௌனவிரதம் இருக்கிறார். காந்தி-இர்வின் ஒப்பந்தத்தில் பகத்சிங்கின் விடுதலை நிபந்தனையாக்கப்படவில்லை. பதிலாக பகத்சிங் குழுவினரைத் தூக்கில் போடுவதெனில் கராச்சி மாநாட்டுக்கு முன்பே செய்யுங்கள் என்று காந்தி இர்வினிடம் கோரியதாக செய்திகள் கிடைத்தன. பகத்சிங், சுகதேவ், ராஜகுரு ஆகியோர் முன்கூட்டியே கொல்லப்பட்டனர். இப்கோபம் நாடு முழுவதும் தெறித்தது. தூக்கு நிறைவேற்றத்திற்குப் பிறகு பின்காந்தி கராச்சி காங்கிரஸ் போகிறார். அங்கு வாலிபர்கள் காந்திக்கு எதிராக கருப்பு மலர்களையும் கருப்புக் கொடிகளையும் ஆவேசத்துடன் காட்டினர். நேர்மையாகச் சொல்வதெனில் ''பகத்சிங்கை கொன்றவரே! திரும்பி போ'' என்ற முழக்கமும் அங்கே கேட்டது. இத்தகு நிகழ்வுகளின் சிந்தனைகளே எம்மைத் துவக்கத்தில் ஆட்கொண்டன. எனினும் காந்தியை தொடர்ந்து வாசித்து கொண்டிருந்தோம்.

இந்திய விடுதலை இயக்க காலத்தில் கம்யூனிச இயக்கத்தின் மூன்றாம் அகிலத்தின் இரண்டாம் காங்கிரஸ் நடந்தது. லெனின் அதில் கலந்து கொண்டார். காந்தியையும் காங்கிரஸையும் முற்போக்காக கருத வேண்டும் என்பது லெனினின் கருத்து. அப்போது இந்திய கம்யூனிச இயக்கத்தின் பிரதிநிதியாக எம்.என் ராய் அதில் பங்கேற்றிருந்தார். சமூக ரீதியாக காந்தி ஒரு பிற்போக்காளர், என்ற கருத்தை அதில் அவர் பதிந்தார்.

சற்றே பிந்தைய காலத்தில் காந்தி பற்றி இ.எம்.எஸ். நம்பூதிரிபாட் கருத்துரைத்தார். காந்தியை மதிப்பிடுவது சுலபமான பணி அல்ல. ஏனெனில் அவர் ஆளுமை மிகச்சிக்கலானது என இ.எம்.எஸ். கூறினார். தேசிய இயக்கத்துக்கு உத்வேகம் தந்து ஏகாதிபத்திய எதிர்ப்பு நடவடிக்கையில் மக்களை எழுச்சி கொள்ளச் செய்தவர் என்றோ அல்லது தேசிய இயக்கம் புரட்சிகரப் பாதையில் வளர்வதைத் தடுக்க தன்னால் இயன்ற அனைத்தையும் செய்த எதிர் புரட்சிக்காரர் என்றோ காந்தியை மதிப்பிட முடியாது என்றும் இ.எம்.எஸ் கூறினார்.

காந்தி பகத்சிங் மீது தனிப்பட்ட வன்மம் கார்டினார் என்பது அப்போது எம் கருத்தாக இருந்தது. ஆயினும் ஏறத்தாழ காந்தி தன் சொந்தக் குடும்பத்தாரிடமும் இவ்வாறே நடந்து கொண்டார் என்பதை தொடர் வாசிப்புகள் உணர்த்தின.

தென்னாப்பிரிக்காவில் இந்தியர்கள் ஒடுக்கப்பட்டனர். காந்தியும் அவர் மனைவி கஸ்தூர்பாவும் தம்பதியினர் என்ற உறவை இழக்கும் அளவு அங்கு சட்டங்கள் இருந்தன. தென்னாப்பிரிக்க அதிபர் ஜெனரல் ஸ்மட்ஸ் ''கிறிஸ்தவச் சடங்குகள்படி மணம் செய்து கொண்டவர்களே தம்பதியாவர்''என ஒரு சட்டம் கொண்டு வந்தார். இத்தகு சட்டங்களை எதிர்த்த போராட்டங்களில் கஸ்தூர்பாவும் ஈர்க்கப்பட்டார். கிளர்ச்சியில் பங்கேற்க விரும்பிய கஸ்தூர்பாவிடம் காந்தி கூறியது. ''நீ சிறையில் மரணம் அடைந்தால் நான் உன்னைத் தெய்வமாக வழிபடுவேன்...''

இதேபோல் தென்னாப்பிரிக்காவில் ஒரு சத்தியாகிரகப் போராட்டத்தில் காந்தி சிறையில் இருந்தார். அப்போது கஸ்தூர்பா மிகுந்த நோய்வாய்ப்பட்டு இருந்தார். காந்தி அவருக்கு எழுதிய கடிதத்தின் ஒரு பகுதி ''நீ மிகவும் நோய்வாய்ப்பட்டு இருப்பது எனக்குத் தெரியும். என்னால் அங்கு வரமுடியாது. அது நம் போராட்டத்தைக் கேலிக்கூத்தாக்கும். ஒரு வேளை நீ இறந்துவிட்டாலும் நான் இறப்பதற்கு முன்பு நீ இறப்பதுதான் உனக்கு நல்லது. என்னைப் பொறுத்தவரை உன் சாவு சத்தியாகிரகத்துக்குச் செய்யப்பட்ட மிகப்பெரும் தியாகம் ஆகும்.''

காந்தி தென்னாப்பிரிக்காவில் வசித்தபோது ஒரு கிறிஸ்தவ தலித் விருந்தாளி அங்கு வந்தார். தன் கட்டிலுக்குக் கீழே வைக்கப்பட்ட மலத்துக்கான மண்பாண்டத்தைக் கழுவி வைக்க வேண்டும் என்று தெரியாமல் போய் விட்டார். அப்பணியை தம் மனைவியை செய்யச் சொல்லி காந்தி உத்தரவிடுகிறார். இந்த புதிய வகைப் பணியை கஸ்தூர்பா கண்ணீர் விட்டுக்கொண்டே செய்கிறார். காந்தி தரதரவென்று தம் மனைவியை தள்ளி வீட்டை விட்டு வெளியே போவென்று விரட்டுகிறார். ''தெரியாத தேசத்தில் புரியாத மொழியில் என்னை எங்கே விரட்டுகிறீர்கள்? எனக்கு உதவி செய்ய யார் இருக்கிறார்கள்?'' என்று கஸ்தூர்பா அழுகிறார்.

1908ல் ஆசியர்கள் சட்டம் என்ற தென்னாப்பிரிக்காவின் சட்டத்தை எதிர்த்து காந்தி சிறையில் இருந்தார். அப்போது நோயாளியாக இருந்த தம் மனைவிக்கு காந்தி எழுதிய கடிதம் ''...ஆனால் துரதிஷ்டவசமாக நீ இறந்துவிட்டால் அதில் தவறு ஒன்றும் இல்லை. நான் உன்னை மிகவும் நேசிக்கிறேன் என்பதால்

நீ இறந்தாலும் என்னைப் பொறுத்தவரை நீ உயிரோடு இருப்பாய். நான் மீண்டும் திருமணம் செய்து கொள்ள மாட்டேன்."

காந்தி தம் மனைவியிடம் அவரின் சாவு ஒரு பொருட்படுத்த கூடிய விஷயம் அல்ல என்றே பலமுறை அணுகினார். தம் பிள்ளைகளிடமும் காந்தியின் அணுகுமுறை இவ்வாறுதான் இருந்தது.

மூத்தமகனான ஹரிலால் தம் தந்தையால் புறக்கணிக்கப்பட்டதாகக் கருதினார். தாய் இறந்தபோது குடி போதையில் இருந்தார். தந்தை இறந்தபோது அஸ்தியைக் கரைக்க அலகாபாத்தின் கங்கைக் கரைக்குகூட அவர் வரவில்லை. மணிலாலோ தன் அம்மா கஸ்தூர்பாவிடம் ''அப்பாவிற்கு நம் யார் பற்றியும் கவலை கொஞ்சம்கூட கிடையாது" என்று புலம்பினார். தம் தந்தை நமக்கு அநீதி இழைக்கிறார் என்ற சிந்தனையிலே பிள்ளைகள் துயருண்டனர்.

பகத்சிங்கின் நிகழ்வையும் காந்திஜி தம் குடும்பத்தாரிடம் நடந்து கொண்டதையும் சமதையாக்க முடியாது. ஆயினும் காலாகாலத்திற்கும் பகத்சிங்கின் தூக்கு நிகழ்வுகளில் காந்தியை மட்டுமே காரணமாக்க முடியாது. நேருஜியும் நேதாஜியும்கூட பகத்தின் தூக்குத் தண்டனை குறித்து எடுத்த நிலைகள் இன்றும் கேள்விக்குரியதே.

"நமக்கும் பிரிட்டிஷ் சர்க்காருக்கும் இடையே செங்குருதிக் கடலும் பிணங்களின் மலையும் கிடக்கின்றன. எனவே காந்திஜி கையெழுத்திட்டு இருக்கும் ஒப்பந்தத்தை ஏற்கும் படி நம்மை எந்த சக்தியும் நிர்ப்பந்தப்படுத்த முடியாது" என கொதித்தார் நேதாஜி. எனினும் காங்கிஸ் கட்சியின் விஷய ஆலோசனைக் கமிட்டியில் ஒரு அறிக்கையைத் தந்து விட்டு நேதாஜி அமைதி காத்தார் என்று ஒன்றாக இருந்த இந்திய கம்யூனிஸ்ட் கட்சியின் பொதுச் செயலாளர் அஜய் கோஷ் குறிப்பிடுகிறார். இர்வின்-காந்தி ஒப்பந்தத்தை நேதாஜி எதிர்க்கவில்லை. அப்போதெல்லாம் நேதாஜியின் செல்வாக்கு பிருமாண்டமானது. காங்கிரஸ் கட்சித் தலைவர் தேர்தலில் காந்திஜியின் வேட்பாளரான பட்டாபி சீத்தாராமையாவையே நேதாஜி தோற்கடித்தார். (நேதாஜி 1575 வாக்குகள், பட்டாபி 1376 வாக்குகள்) இந்தத் தோல்வியை தன் தோல்வி என்று 1939ல் காந்திஜி அறிவித்தார். நேருஜியும்கூட காந்தி - இர்வின் ஒப்பந்தத்திற்கு எதிராக பிரசங்கித்தது தவிர வேறு எதும் செய்யவில்லை. லஜபதிராய் கவுரவத்தையும் அதன் வழியாக நாட்டின் கவுரவத்தையும் பகத்சிங்

காப்பாற்றினார் என எல்லோரும் நினைத்தனர் என்று நேருஜி கூறினார். மற்றபடி நேருஜி தாமாக இதில் வினையாற்றியது குறைவு. சக்திமிக்க இந்த இருவரும் தம் முழு பலத்தையும் திரட்டி இருந்தால் பகத்தின் தூக்குத் தண்டனை எனும் படுகொலையைத் தடுத்து இருக்கலாம் என்றுதான் தோன்றுகிறது.

இவ்வளவிற்கும் பகத்சிங் தன் வழக்கறிஞர் பிராண்நாத் மேத்தா மூலம் தம் வழக்கில் நிறைய அக்கறையையும் பரிவையும் காட்டியதாக நேருஜிக்கும் நேதாஜிக்கும் நன்றியைத் தெரியப்படுத்த கேட்டுக் கொண்டிருந்தார். கராச்சி மாநாட்டில் பகத்சிங்கிற்கு ஆதரவான நிலை எடுத்தது சர்தேசாய், ஸ்ரீ ஜம்னாதாஸ்மேத்தா, ஸ்ரீ வி.எல் சாஸ்திரி என்றே தெரிகிறது. அதே சமயம் பகத்தின் தூக்குக்குப் பிறகு காந்திஜி சற்றே மாறினார் என்றும் கூறலாம். துவக்கத்திலும் பொதுவிலும் வெள்ளையர்களுக்கு எதிரான வன்முறைக் கலவரங்களை காந்திஜி ஆதரிக்கவில்லை. கோபி மோகன் சாகா என்னும் இளைஞன் இந்தியர்களைச் சித்ரவதை செய்த ஒரு ஆங்கிலேய அதிகாரியை சுட்டுக் கொன்றான். வெள்ளையர்களின் தூக்குத் தண்டனையையும் புன்முறுவலுடன் சந்தித்தான். இந்த தூக்குத் தண்டனையை எதிர்த்து கோபிமோகன் சாகாவை பாராட்டி காங்கிரஸ் மாநாடு ஒரு தீர்மானம் நிறைவேற்றியது. பொது வெளியில் காந்திஜி இதைக் கடுமையாக எதிர்த்தார். அகமதாபாத்தில் நடந்த காங்கிரஸ் மாநாட்டில் பாராட்டு தீர்மானத்தை வன்மையாக கண்டித்து புதிய தீர்மானமும் கொண்டு வந்தார். சி.ஆர். தாஸ் உள்ளிட்ட காங்கிரஸ் தலைவர்களிடையே கருத்து வேறுபாடு ஏற்பட்டது. இதேபோல்தான் செளரிசெளரா உள்ளிட்ட நிகழ்வுகளில் இந்தியர்களையே வன்முறையாளர்கள் எனக் கூறி காந்திஜி கண்டித்துள்ளார். ஆனால் பகத்சிங், ராஜகுரு, சுகதேவ் ஆகியோரின் தூக்குத் தண்டனையில் பகத் சிங்கின் துணிவைப் பாராட்டிகாந்தி ஒரு தீர்மானத்தை அனுமதித்தார். 28-03-1931ல் கராச்சி மாநாட்டில் பின்வரும் தீர்மானம் நிறைவேற்றப்பட்டது.

"எந்த வகையிலும் அல்லது வடிவிலும், அரசியல் வன்முறையை ஏற்காத- அதனிடமிருந்து தன்னை விடுவித்துக்கொள்கிற அதே வேளையில், இறந்துபோன பகத் சிங் மற்றும் அவரது தோழர்கள் சுகதேவ், ராஜகுரு ஆகியோரின் துணிவையும், தியாகத்தையும், இம்மாநாடு பாராட்டுவதோடு, இரங்கற்குரிய அவர்களின் குடும்பத்தினரோடு இணைந்து தானும் வருந்துகிறது."

ஏராளமான காலதேச வர்த்தமான வேறுபாடுகள் காந்தியின் சிந்தனைக் குளத்தில் கல் எறிந்து கொண்டே இருந்தன. காந்தி கம்யூனிச இயக்கத்தின் மூத்த தலைவர் பி.சி. ஜோஷிக்கு எழுதிய ஒரு கடிதத்தில் தம்மை மீண்டும் வெளிப்படுத்தினார். "உங்கள் பாதை தான் சரியானது என்று எனக்கு நீங்கள் உணர்த்தினால் உங்கள் பின் நான் அணிதிரள்வேன்" என அதில் குறிப்பிட்டார். *(P.C. Joshi A Biography P.61)*

1947 ஆகஸ்ட் 15 சுதந்திர தினத்தின் கேளிக்கைகளின் ஊடே துயரப்பட்ட காந்தி "என் இதயம் வறண்டு கிடக்கிறது" என்று கூறினார். கத்தியின்றி ரத்தமின்றி அகிம்சை என்று போற்றப்பட்ட காந்தியின் கடைசி நாட்கள் ரத்தச் சகதியில் புதையுண்டன. பகத் சிங் காந்தியைப் போல நீண்ட ஆயுள் வாழ்ந்திருந்தால் பகத்சிங்கையும் காந்தி ஏற்றுக்கொண்டிருப்பார் என்று கட்டுரையாளருக்கு சிந்திக்க உரிமை உண்டு. காந்தியின் மற்றொரு குணம் எதிர்ப்புக் கருத்துக்களை ஆரத்தழுவி அரவணைக்கும் ஜனநாயகமாகும். வெள்ளையனே வெளியேறு இயக்கம் உள்ளிட்ட நிகழ்வுகளில் கம்யூனிஸ்டுகளுக்கும் காந்திஜிக்கும் கருத்து வேறுபாடுகள் ஏற்பட்டுள்ளன. பிரிட்டிஷாரால் கம்யூனிஸ்ட் இயக்கம் அவ்வப்போது தடை செய்யப்பட்டது. தமக்கு நேர் எதிரான கருத்துக்கொண்ட கம்யூனிஸ்டுகள் கருத்துகளையும் காங்கிரஸ் மகாசபை கேட்க வேண்டும் என காந்தி திடமாக செயல்பட்டார். *1940ல்* ராம்காரில் காங்கிரஸ் மகாசபை நடந்தது. அப்போது கம்யூனிஸ்ட் கட்சி தடை செய்யப்பட்டிருந்தது. எனினும் காந்தியின் ஒரு தீர்மானத்தை எதிர்த்து கம்யூனிஸ்ட்க் கட்சி திருத்தம் கொணர விரும்புகிறது. கம்யூனிஸ்ட் கட்சியைச் சேர்ந்த தோழர் பரத்வாஜ் தலைமறைவாக அப்போது இருந்தார். உளவுத்துறையின் கடுமையான கண்காணிப்புக்கு இடையில் பரத்வாஜை காந்தி தனது வாகனத்தில் மறைத்து உள்ளே அழைத்துச் செல்கிறார். முடிந்தால் என் தீர்மானத்தை நீங்கள் தோற்கடிக்கலாம் என பரத்வாஜுக்கு பேச வாய்ப்புத் தருகிறார். எனினும் திருத்தம் நிராகரிக்கப்பட்டு காந்தியின் தீர்மானமே ஏற்கப்படுகிறது.

(MainStream Weekly 10-08-2008 நிகில் சக்கரவர்த்தி)

கருத்து வேறுபாடுகள் இடை இடையே வெடித்தாலும் காந்திஜி கம்யூனிஸ்டுகளிடம் நேசக் கரம் நீட்டி இருந்தார். *1929 மீரட் சதி* வழக்கிலும், *1937 வங்கப் புரட்சியாளர்* வழக்கிலும் காந்திஜி

கம்யூனிஸ்ட் தோழர்களை சிறைக்குச் சென்று நேரடியாக சந்தித்தார். அவர்களை விடுதலை செய்ய பிரிட்டிஷாரிடம் கோரிக்கை வைத்தார். இந்நெகிழ்வை நாம் பகத் சிங்கிடமும் பார்க்க முடியும். பகத் சிங் தூக்கிலிடப்படும் ஓரிரு மாதங்கள் முன் (02-02-1931) சிறையிலிருந்து 'இளைய அரசியல் தொண்டர்களுக்கு' என எழுதினார். அதிலுள்ள சில வரிகள்:-

"புரட்சி என்பது இரத்த ஆறு பெருக்கெடுக்கும் ஒரு போராட்டமாய்த் தான் இருக்க வேண்டும் என்ற அவசியம் இல்லை. அது ஒன்றும் வெடிகுண்டு அல்லது துப்பாக்கி மீதான பக்தி இல்லை. குறிக்கோளை அடைவதற்கு அவை சில வேளைகளில் வெறும் வழிகளாக அமைவதுண்டு.

நான் பயங்கரவாதி இல்லை. என் பலம் முழுவதும் ஒன்று திரட்டி அறிவிக்கிறேன்-நான் பயங்கரவாதி இல்லை. இங்கு விவாதிக்கப்பட்டுக் கொண்டிருக்கும் நீண்ட போராட்டம் பற்றிய உறுதியான கருத்துக்களைக் கொண்டிருக்கும் புரட்சியாளன் நான்...."

"....இந்தப் போராட்டம் எங்களால் தொடங்கப்பட்டதல்ல. எங்களோடு முடியப் போவதும் இல்லை..."

காந்திஜியின் சிந்தனைகளும் செயல்களும் ஏராளமான மாற்றங்களையும் வளர்ச்சிகளையும் சிதைவுகளையும் கொண்டவையாகும். ஒரு புறம் அவர் இதயம் பொங்குமாங் கடலாய் இயங்கியது என்றால் மாற்றங்களையும் அவர் சுவீகரித்தே வந்தார் எனக் கூறலாம். எனவே ஒரு வேளை பகத்சிங் ஆயுள் மேலும் நீண்டிருக்குமானால் காந்தி நேருவைப்போல பகத் சிங்கையும் ஏற்றுக்கொண்டிருப்பாரோ என நினைக்க ஆதாரம் உண்டு. காந்திஜிக்கும் பாபாசாகிப் அம்பேத்கருக்கும் ஏராளமான தர்க்கங்கள் நடந்தன. எனினும் ஒரு தருணத்தில் காந்தி கூறியதை முந்தைய கட்டுரைகளில் சுட்டி உள்ளோம். "அம்பேத்கர் இந்து மதத்தை விட்டு வெளியேறினால் நாம் தான் காரணம். அவ்வளவு அநியாயம் செய்துள்ளோம். அவர் செருப்பால் அடித்தாலும் வாங்கிக் கொள்ள வேண்டியியதுதான்." இதேபோல் பகத்சிங்கின் தூய்மையான அர்ப்பணிப்பில் பிற்காலத்தில் காந்திஜிக்கு ஈடுபாடு வந்திருக்கலாம். மேலும் "சாதி முறையை அழிக்க முற்படுவோரின் கருத்தை நான் எதிர்க்கிறேன்" என்று கூறிய காந்தி 25 ஆண்டுகள் கழித்து "சாதி என்பது அடக்குமுறைக்கு மற்றொரு பெயர்" என

தம்மை மறுவார்ப்பு செய்தார். திரு. சுப வீரபாண்டியன் பகத் சிங்கும் இந்திய அரசியலும் என்ற தம் நூலில் ஒன்றைக் கூறுவார். "... பகத்சிங்கைப் பற்றி முழுமையாகவும் உறுதியாகவும் அக்கால கட்டத்தில் பெரியார் அறிந்திருக்கவில்லை என்பதையே எடுத்துக்காட்டுகிறது..." இக்கருத்து காந்தியடிகளுக்கும் பொருந்தும் என இக்கட்டுரை கருதுகிறது. எது எப்படி இருந்தபோதும் அமீத்ஷா கூறியதை போல காந்தி சாதுர்யமான ஒரு பனியா என்பது மட்டும் எப்போதும் உண்மையாகாது. காந்தியடிகளின் மரபணுக்களே அத்தகைய சிந்தனைகளை எதிர்க்கும் என்று இக்கட்டுரை பதிவு செய்ய விரும்புகிறது.

இதேபோல் பகத் சிங் சரிதை நீண்டிருந்தால் சோவியத்துக்கு ஒரு லெனின், கியூபாவிற்கு ஒரு பிடல் காஸ்ட்ரோ என்பது போல் இந்தியா பகத் சிங்கின் விஸ்வரூபத்தைக் கண்டிருக்கும் என்ற கனவுகளோடு இக்கட்டுரை முடிகிறது.

7

காந்தியடிகளின் அடுத்த பரிணாமம்

ஆறு கரை புரண்டு ஓடுகிறது; இரு கரைகளுக்கும் இடையில் சுமார் 10 கி.மீ தூரம் இருக்கலாம். வெள்ளி நிறத்தில் நிரப்பப்பட்ட நீரால் நிலம் பளபளக்கிறது. யாரால் ஆற்றை நீந்த முடியும்? கரையைக் கடக்க முடியும்?(பிரம்மபுத்திரா நதியில் பல இடங்களில் இரு கரைகளின் அகலம் இதுதான்.)

"ஆண்டுக் கணக்கில் அங்கேயே குளித்தோருக்கு, அந்த நீரைப் பருகியோருக்கு நதியில் சுழல் எங்கே? மடு எங்கே? ஆழமற்ற பகுதி எது? எனத் தெரிந்திருக்கலாம். ஆற்றை வெல்ல வேண்டுமா? உங்களுக்கு ஆறு அத்துப்படி ஆகி இருக்க வேண்டும். வறண்ட காலங்களில் பொசுக்கும் சூட்டில் நீங்கள் நடந்திருக்க வேண்டும். பௌர்ணமி பால் நிலவில் வெண்மணல் பரப்பில் நீங்கள் நிலாச்சோறு உண்டிருக்க வேண்டும். ஒரு படகுக் காரனாக ஆற்றின் மணல் துணுக்குகளை நீங்கள் அறிந்திருக்க வேண்டும். உங்கள் கால்கள் மீன்களின் செதில்களாக சற்றே மாறி இருக்க வேண்டும். தவறினால் ஆறு உங்களை விழுங்கும். தேசத்தின் தலைவர்களுக்கும் இது பொருந்தும். ஒரு நாட்டைப் பற்றிய ஞானம் பெற்றோரே அதன் தலைசிறந்த தலைவர்களாகலாம். பட்டுக் கையுறைகளால் உங்களால் புரட்சியை உருவாக்க முடியாது" என்றார் ஸ்டாலின். 1000 ஆண்டு கால சீன வரலாற்றைப் பயின்றே மாசேதுங் வாகை சூட முடிந்தது. 6700 பக்கங்கள் உள்ள ஜெர்மனியின் வரலாற்றையும் அதன் சட்டப் புத்தகத்தையும் பயின்றே ஜார்ஜ் டிமிட்ரோ வென்றார். லண்டனின் *Natural History* மியூசியம் வாசிப்பு அறை இருக்கை எண் 8 முக்கியத்துவமானது. அதில் அமர்ந்து அங்கு அனைத்துப் புத்தகங்களையும் பயின்றதாக இருவர் பெயர் குறிப்பிடப்படுகிறது. ஒருவர் காரல்மார்க்ஸ், மற்றொருவர் டாக்டர் அம்பேத்கர்.

பிந்தைய இந்திய வரலாற்றின் பிருமாண்ட ஆளுமையாக உருவெடுத்தவர் காந்தியடிகள் ஆவார். சிலர் அவரை 'அண்ணல்' என்பர். சிலர் 'மகாத்மா' என்பர். விரோதியாகவும் துரோகியாகவும் அவரைக் கருதுவோரும் உண்டு.

இந்திய வரலாற்றை, இந்திய மண்ணை அவர் கரைத்துக் குடித்திருந்தார். இந்த மண்ணை மட்டுமல்ல, மண்ணின்

நவகாளியில் காந்திஜி

பெரும்பான்மையாக அறியப்பட்ட மதத்தையும் அவர் அமுதினும் இனிதாக உயிரினும் மேலாக நேசித்தார். சாதி சர்ப்பம் அவரை 15 வயதிலேயே தீண்டியது. மேல்படிப்புக்குக் கடல் கடந்து லண்டன் போக வேண்டும் என்பதற்காக அவர் சாதி பிரஸ்டம் செய்யப்பட்டார்.

சிந்து நதிக்கரையில் மக்கள் வசித்த பகுதி சிந்து, சிந்துஸ், இண்ருஸ், இண்டிகா, இந்தியா என அழைக்கப்பட்டது. எனவே துவக்கத்தில் இந்த அடையாளம் ஒரு மதத்தினுடையது அல்ல. ஒரு பிரதேசத்தின் அடையாளம் ஆகும். அங்கு வசித்தோர் இந்துக்கள் எனப்பட்டனர். இதை சில வரலாற்று ஆய்வாளர்கள் கூறுகிறார்கள்.

1922 ஜனவரியில் காந்தியை லெனின் 'இந்து டாஸ்ஸ்டாஸ்' என எழுதினார். எனினும் இந்து என்பதை நாட்டின் அடையாளமாகப் பயன்படுத்தினார். இந்து நெசவாளி வேலையை பட்டறைத் தொழிலாளி வேலையோடு ஒப்பிடும் போது சிக்கலானது என காரல் மார்க்ஸ் எழுதினார். 'மதம் ஒரு அபின்' எனப் பிரகடனம் செய்த காரல் மார்க்ஸ் இந்திய நெசவாளியை 'இந்து நெசவாளி' என அழைத்தார். இந்து என்பது மதத்தின் பாற்பட்டது அல்ல. நாட்டின் இடுகுறிப் பெயரே. பின்னர் இந்து என்ற பெயர் மதத்தின் பெயராகி சாதியை சுவீகாரமும் செய்தது. சாதி பலரை மண்ணை மிதிக்க விடவில்லை. செருப்பு அணியவிடவில்லை. குடை பிடிக்க விடவில்லை. குளிக்க விடவில்லை. தண்ணீரை குடிக்க விடவில்லை. படிக்க விடவில்லை. காதலிக்கவோ கல்யாணம் செய்யவோ

விடவில்லை. ஆடை உடுத்த விடவில்லை. நீ இங்குதான் குடியிருக்கவேண்டும் என சாதி ஒரு கோடு கிழித்தது. சுடுகாட்டிலும் சாதி நாட்டாண்மை செய்தது. சாதியை மீறியோர் அவமானப்படுத்தப்பட்டனர். நிர்வாணமாக்கப்பட்டனர். நெருப்பில் கொளுத்தப்பட்டனர். காந்தியடிகள் இதை உணர்ந்தார்.

துவக்கத்தில் காந்தி தான் ஒரு இந்து என்பதில் பெருமிதம் கொண்டார். சாதி அமைப்பு இந்திய நாகரிகத்தைக் காத்து வருகிறது என மலர்ச்சி கொண்டார். வருணமும், சாதியும் இந்தியா உடுத்திய பட்டுப்புடவையும் வைர மாலையும் என்பது போல் புளகாங்கிதம் கொண்டார். சாதியின் நாச வேலைகளைக் கண்ட காந்தி திடுக்கிட்டார். இந்து மதம் தூய்மைப்படுத்தப்பட வேண்டும் என்றார். வழிபாடுகளில் புரோகிதர்கள் குறுக்கிட்டனர். பாலும் பழமும் நெய்யும் கொணர்ந்தவர்கள் கோயிலின் உள்ளே விடப்பட்டனர். அனாதைகள் கோயிலின் வெளியே ஆகாயம் பார்த்துத் தொழுதனர். கோயில்கள் உள்ளே ஆடல்களும் பாடல்களும் கும்மாளமிட்டன. கோயில்களை 'விபச்சார விடுதிகள்' என காந்தி பொருமினார். தென்னாப்பிரிக்கப் பிரிவினையைவிட இந்திய சாதிப் பிரிவினையைக் காந்தி கொடுரமாக அனுபவித்தார். தேச விடுதலையை விட தீண்டாமை ஒழிப்புக்கு அதிக முக்கியத்துவம் தந்தார். 1915ல் அவர் சத்தியாக்கிரக ஆசிரமங்களைத் துவங்கினார். தீண்டாமை கூடாது என விதிமுறை வகுத்தார். 1920 நாக்பூர் காங்கிரஸ் மாநாட்டில் தீண்டாமை தொடரும் வரை நமக்கு சுயராஜ்யம் சாத்தியம் இல்லை என்று சூடாகினார். 4000 சாதிகளாக இல்லாமல் பழையபடி நான்கு வருணங்களாக சாதிகள் இணைத்துவிட வேண்டும் என்றார். வருணம் பிறப்பின் அடிப்படையில் இல்லாமல் அவரவர் மதிப்பின் அடிப்படையில் இருக்க வேண்டும் என்றார். 1923ல் நாராயண குருவைச் சந்தித்தார். 1930களில் டாக்டர் அம்பேத்கரைச் சந்தித்தார்.

1927ல் சென்னை பச்சையப்பன் கல்லூரி நிகழ்ச்சியில் பங்கேற்கிறார். இந்தக் கல்லூரி அப்போது தன்னை இந்து நிறுவனமாகக் கூறியிருந்தது. தாழ்த்தப்பட்ட மற்றும் இஸ்லாமிய மாணவர்கள் அங்கு நுழைய முடியாது என்பது காந்திக்கு அங்கு தெரிய வருகிறது. கலகக்காரராக மாறுகிறார். மாணவர்கள் திருமணம் செய்வது பற்றி உரையாற்றுகிறார். விதவைச் சிறுமிகளை மாணவர்கள் மணந்து கொள்ளலாம் என்கிறார். விதவைகள் கிடைக்காவிடில் பிரம்மச்சாரிகளாகவே இருங்கள் என்கிறார்.

பிராமணர்கள் தம் சாதியில் பால்ய விதவைகள் கிடைக்காவிட்டால் வேறு சாதி விதவைகளை திருமணம் செய்யுங்கள் என்கிறார். (பால்ய விவாகங்களோடு காந்தி சமரசம் செய்த காலம் முன்பு ஒன்று இருந்தது.)

பிரிட்டிஷ் ஆட்சி தீண்டாமையையும் சாதி வேறுபாட்டையும் கொழு கொழு குழந்தையாக வளர்த்ததை காந்தி கண்ணுற்றார். காந்தி ஆசிரமத்தைச் சேர்ந்தவர் அப்பா சாகேப் பட்டவ வர்த்தன். பிறப்பால் பிராமணர். 1932ல் ஒத்துழையாமை இயக்கத்தில் பங்கேற்றார். ரத்தினகிரி சிறையில் கைதியாக இருந்தார். மலம் அள்ளும் பணியை தனக்கு ஒதுக்கும்படி சிறை நிர்வாகத்திடம் கேட்டார். நிர்வாகம் ஏற்கவில்லை. அதற்காக உண்ணாவிரதம் துவங்கினார். 'பிராமணராகிய பட்டவர்த்தனுக்கு அந்தப் பணியை ஒதுக்கீடு செய்க' எனக் காந்தி கோரினார். ஆதிக்க சாதி இந்துக்களை ஜாலியன் வாலாபாக்கின் ஜெனரல் டயருடன் ஒப்பிட்டார். "பெரும்பான்மை மக்களை அடிமைகளாக இழிவு செய்யும் ஆதிக்க சாதியருக்கு ஆங்கிலேயரைக் குறை கூற உரிமை கிடையாது" என்று கூறினார். "தீண்டாமை ஒழிப்போடு சேர்ந்து சாதியும் ஒழிந்தால் ஒரு சொட்டு கண்ணீர் கூட சிந்தமாட்டேன்" என 1927ல் கூறினார். இயல்பாகவே காந்தி வளர்ந்த சூழலே மத சகிப்புத்தன்மை நிறைந்தது. 1910-1914-களில் தென்னாப்பிரிக்காவில் டால்ஸ்டாய் பண்ணை நடத்தினார். அதில் இஸ்லாமியரும் இருந்தனர். குரான் படித்து அதில் நோன்பிருக்கலாம் என அனுமதித்தார். சத்தியாக்கிரகமும், அகிம்சையும் தனது இரு விழிகளாக மாறியதில் கிறிஸ்துவின் பங்கு பெருமளவு என்றார். 23 வயதிற்கு முந்தைய காந்தி, 40 வயதிற்கு பிந்தைய 46 வயதிற்கு முந்தைய காந்தி 63 வயதிற்கு பிந்தைய காந்தி என காந்தியடிகளின் சிந்தனை மாறியது; மாறிக்கொண்டே இருந்தது.

1947களில் இந்து மதத்துக்கு அவர் புதிய வரையறைகள் கொடுத்தார். "எனது மதத்தில் எனக்குக் கீழான ஒருவர் இல்லை" என்றார். "ஒரே வருணம் தான் அது சூத்திர வருணம் அதை ஆதிசூத்திரர், ஹரிஜன், தீண்டத்தகாதோர் என எப்படி வேண்டுமானாலும் அழைத்துக் கொள்ளுங்கள்" என்றார்.

1946ல் "ஒரே சாதிதான் இருக்க வேண்டும். அது பங்கி (துப்புரவாளர்) என்ற பெயருக்குரியது" என்றார். 1947ல் பங்கிகளின் ஆட்சிதான் உருவாக வேண்டும் என்றார். 14-06-1947ல் அவர் அகில

டெல்லி - காந்திஜியின் இறுதி ஊர்வலம்

இந்திய காங்கிரஸ் கமிட்டியில் கூறியது ஆதிக்க வெறிகொண்ட இந்துத்துவா வாதிகளைக் கலங்க அடித்தது. சுதந்திர இந்தியாவில் சவர்ண X அவர்ண வேற்றுமை ஒழிய வேண்டும் என்றார். அவர் கூறிய ராமராஜ்யம் இந்துக்கள் மட்டும் வாழ்வதல்ல. "ராம ராஜ்ஜியத்தை நிலைநாட்டுவதே என்மதம். ராம ராஜ்ஜியம் என்றால் இந்துக்களின் ஆட்சியைக் குறிப்பிடவில்லை. தெய்வீகமான ஆட்சியை குறிப்பிடுகிறேன். அதாவது கடைக்கோடி மக்களுக்கு நீதி சமமாக பரிபாலனம் செய்யப்பட்ட காலம் என்ற ஒன்று இருந்தது. அப்படிப்பட்ட உண்மையான ஜனநாயகமே ராமராஜ்யம்" என்றார்.

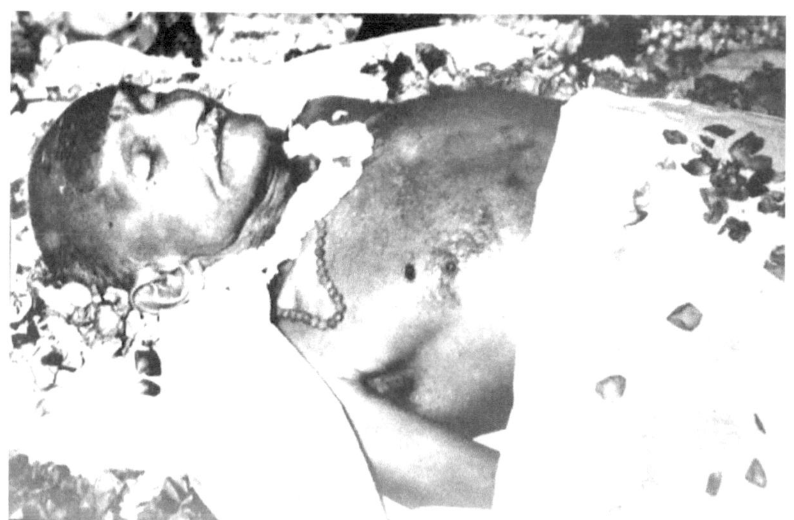

சங்பரிவாரின் குண்டுகளால் சுட்டு வீழ்த்தப்பட்ட காந்திஜி

இந்து மதம் பற்றிய அவரின் பார்வை இந்து மதம் என்பது பெயரால் யாரும் மகான்களாகி எதையும் சொல்லலாம் என்றார். சுதந்திர இந்தியாவில் மத சுதந்திரம் இருக்குமா என்ற கேள்வி அவர் முன் வைக்கப்பட்டது. "அரசு உங்களின் ஆரோக்கியம், செய்தித் தொடர்பு, அயல் உறவு, நிதிநிலை முதலிய மதசார்பற்ற நலன்களை கவனிக்கும். உங்கள் அல்லது என் மதம் பற்றித் துயருறுவது அதன் நோக்கமல்ல. அது ஒவ்வொருவரின் தனிப்பட்ட கவலை" என்றார்.

இந்திய தேசியம் பற்றிய அவரின் நிர்ணயிப்பும் தனித்துவமானது. இந்து மதத்தினர், கிறித்துவர், முஸ்லிம் மற்ற சிறுபான்மையினர் சேர்ந்ததே இந்திய தேசியம் என்றார்.

'நரேந்திர மோடிக்கு மரியாதை நிமித்தம் ஒரு இஸ்லாமிய மெளல்வி ஒரு தொப்பியைக் கொடுக்க இவர் வாங்க மறுத்தார். ஒவ்வொரு ஆண்டும் இஸ்லாமியப் பண்டிகையின் பொருட்டு அரசு சார்பில் இஃப்தார் விருந்து நடத்தப்படும். அதையும் காலி செய்தார் அவர். இன்றைய இந்திய பிரதமர் நரேந்திர மோடியின்.' இக்காட்சிகளை காந்தி வாழ்ந்த தேசம் பதட்டத்தோடு பார்க்கிறது.

காந்தியைக் கொல்வதற்கான சதிகளில் இந்துத்துவா ஆதிக்க வெறியர்கள் தொடர்ந்து ஈடுபட்டனர். சாதி முற்றிலும் ஒழிய வேண்டும். சாதி மறுப்புத் திருமணங்களுக்கு மட்டுமே என் ஆசி உண்டு என காந்தி முழங்கினார். அதிலும் தலித் பெண்களைத் திருமணம் செய்யுங்கள் என்றார். தென்னாப்பிரிக்காவிலிருந்து

திரும்பிய காந்தியடிகளுக்கு மாயூரத்தில் வரவேற்பு நடந்தது. அப்போது காந்தி பின்வருமாறு பேசினார்:

"வெளிநாடுகளில் இருந்துகொண்டு நான் இந்து மதம் பற்றி அறிந்த வரை தாழ்த்தப்பட்டோர் முதுகில் ஏறி உட்காருவது இந்து மதம் அல்ல என்றே தெரிகிறது. இதுதான் இந்துமதம் என்று மெய்ப்பிக்கப்பட்டால் நான் அதன் பகிரங்க விரோதி." என்றார்.

ஒற்றை மொழி, ஒரே தேசம், ஒற்றைக் கலாச்சாரம், ஒற்றைப் பண்பாடு இவற்றின் பரம எதிரியாகவே காந்தி தம் வாழ்க்கை முழுதும் சுடர் தீயாய் ஒளிர்ந்தார்.

15-10-1927ல் காஞ்சி காமகோடி சங்கராச்சாரியார், ஸ்ரீ சந்திர சேகரேந்திர சரஸ்வதியை காந்தி சந்தித்தார். பாலகாட்டுக்கருகில் உள்ள நல்லிச்சேரி சரஸ்வதி கோயிலில் இந்தச் சந்திப்பு நடந்தது. சங்கராச்சாரியார் சமஸ்கிருதத்தில் பேச, காந்தி இந்தியில் பதில் மொழிந்தார்.

பூனேயில் காந்தி மீது மத வெறியர்கள் மலம் வீசினர். பீகாரிலும் பம்பாயிலும் அவர் வாகனத்தின் மீது கற்களை எறிந்தனர். காந்தி மனிதாபிமானத்தை முன்னால் வைத்தார். மத அபிமானம் ஆற்று வெள்ளத்தில் மணல் போல் கரைந்தது. கள நிலவரங்களுக்கு ஏற்ப தகவமைத்துக்கொண்டது காந்தியடிகளின் சிறப்புத் தன்மை ஆகும். டாக்டர் அம்பேத்கர் அவர்களுக்கு ஒரு அனுபவம் உண்டு. "கெடு வாய்ப்பாக நான் தீண்டத்தகாத இந்துவாக பிறந்தேன். அதை தடுப்பது என் சக்திக்கு அப்பாற்பட்டது. ஆனால் அருவருக்கத்தக்க இழிவான நிலையில் வாழ்வதை என்னால் தடுக்க முடியும். எனவே நான் உறுதியாக கூறுகிறேன். நான் ஒரு இந்துவாகச் சாக மாட்டேன்," என்று அம்பேத்கர் முழங்கினார்.

காந்தியடிகளின் படுகொலைக்கு அவர் சிறுபான்மை மக்களின் நலனை மார்பில் ஏந்தியது மட்டுமல்ல காரணம். தீண்டாமைக்கும் சாதிக்கும் எதிராக அவர் கருத்து வாள் ஏந்தியதும் ஒரு முக்கிய காரணம் ஆகும். இதனால்தான் நாதுராம் கோட்சேயின் விஷம் மூன்று குண்டுகளாக காந்தியின் நெஞ்சில் இறங்கியது. 7 முறை மரணத்தாக்குதலில் தப்பித்த காந்தி 8வது முறை பிழைத்திருந்தால் அடுத்த பரிணாமம் எடுத்திருப்பார். கோட்சேயின் இந்து மதத்திலிருந்து விலகி இருப்பார். சாகும் போது வெறிபிடித்துக் கொண்டிருந்த இந்துத்துவாவின் இந்துவாக அவர் மாண்டிருக்கமாட்டார்.

சான்றுகள்

1. *சான்று 1: தியாக சீலர் நேரு - புலவர், ந. தி. சுப்பிரமணியன்*
2. *சான்று 2: இன்றைய காந்தி, ஜெயமோகன்*
3. *சான்று 3: காந்தியின் உடலரசியலும் - பிரம்மசர்யமும் காலனிய எதிர்ப்பும், ராமானுஜம்*
4. *சான்று 4: கஸ்தூர்பா, மகாத்மாவின் மனைவி எழுப்பும் கேள்விகள், மைதிலி சிவராமன்.*
5. *சான்று 5: இன்றைய காந்தி, ஜெயமோகன்*
6. *சான்று 6: கஸ்தூர்பா, மகாத்மாவின் மனைவி எழுப்பும் கேள்விகள், மைதிலி சிவராமன்.*
7. *சான்று 7: காந்தியின் உடலரசியல், ராமானுஜம்.*
8. *சான்று 8: கஸ்தூர்பா, மகாத்மாவின் மனைவி எழுப்பும் கேள்விகள், மைதிலி சிவராமன்.*
9. *சான்று 9: சரித்திரத்தை மாற்றிய சதி வழக்குகள், சிவலை இளமதி*
10. *சான்று 10: பகத் சிங்கும் இந்திய அரசியலும், சுப. வீரபாண்டியன்*
11. *சான்று 11: தி இந்து (தமிழ்) 25-05-2014, சமஸ் கட்டுரை*
12. *சான்று 12: தி இந்து (தமிழ் சமஸ் கட்டுரை 29-01-2016)*
13. *சான்று 13: காந்தியின் உடலரசியல், ராமானுஜம்.*
14. *சான்று 14: இன்றைய இந்தியா, ரஜினி பாமி பாமே தத்*
15. *சான்று 15: பகத்சிங்கும், இந்திய அரசியலும், சுப வீரபாண்டியன்*

உதவியவை

1. *சத்திய சோதனை-மகாத்மா காந்தி*
2. *இன்றைய காந்தி -ஜெயமோகன்*
3. *மகாத்மா ஒரு மார்க்சிய மதிப்பீடு- S.A. டாங்கே, ஹரேன் முகர்ஜி சர்.தேசாய், மோகித்சென்*
4. *காந்தியும் தமிழ்ச் சனாதனிகளும்-அ.மார்க்ஸ்*

5. இன்றைய இந்தியா - ரஜினி பாமே தத்

6. சரித்திரத்தை மாற்றிய சதி வழக்குகள்- சிவலை. இளமதி

7. கஸ்தூர்பா, மகாத்மாவின் மனைவி எழுப்பும் கேள்விகள்-மைதிலி சிவராமன்

8. காந்தியின் உடலரசியல்-ராமானுஜம்

9. இந்திய வரலாறு-இ.எம்.எஸ் நம்பூதிரிபாட்

10. பாரதியார் கட்டுரைகள்

11. இடது திருப்பம்ளிதல்ல-விஜய் பிரசாத்

12. பகத்சிங்கும் இந்திய அரசியலும்-சுப. வீரபாண்டியன்

13. பகத்சிங்கும் அவரது தோழர்களும்-அஜய் கோஷ்

14. *P.C. Joshi A Biography*

15. *MainStream Weekly 10-08-2008 Vol XLVI No 34* நிகில் சக்கரவர்த்தி கட்டுரைகளும் செய்திகளும்

16. தினத்தந்தி- *27-09-2018*

17. தி இந்து தமிழ்- *06-02-2014, 04-03-2014,   15-12-2014, 23-03-2015, 23-03-2015, 23-03-2015, 02-10-2015, 25-03-2015, 12-09-2015, 29-01-2016, 20-08-2016, 29-01-2016, 28-03-2016, 23-03-2017, 17-05-2017, 15-08-2017, 03-12-2017, 13-04-2017, 23-03-2017, 23-04-2017, 14-04-2015, 23-03-2017, 10-07-2017, 29-01-2018. 09-03-2018, 05-10-2018,*

18. தினமணி- *15-12-2003, 02-10-2013, 15-12-2014.*

19. தீக்கதிர்- *08-02-2009, 23-04-2011, 05-07-2012, 28-09-2014, 04-11-2017, 05-07-2017, 23-04-2017, 25-10-2017, 02-06-2017, 18-05-2017, 05-07-2017, 02-10-2018.*

20. ஜனசக்தி- *10-10-2010.*

www.ingramcontent.com/pod-product-compliance
Lightning Source LLC
LaVergne TN
LVHW051509170726
843492LV00002B/862